# भाषा चिंतन

डॉ. केशव सखाराम देशमुख

सकाळ प्रकाशन

सकाळ प्रकाशन

**Bhashachintan**

© Dr. Keshav Sakharam Deshmukh

## भाषाचिंतन

लेखक : डॉ. केशव सखाराम देशमुख

प्रथम आवृत्ती : जानेवारी २०१९

मुखपृष्ठ : संदीप देशपांडे

मांडणी व मुद्रितशोधन : अश्विनी महाजन

प्रकाशक : सकाळ मीडिया प्रा. लि.
५९५, बुधवार पेठ,
पुणे ४११ ००२

ISBN : 978-93-87408-63-0

संपर्क : ०२०-२४४० ५६७८ / ८८८८८ ४९०५०
sakalprakashan@esakal. com

माझ्या मराठी मातीचा
लावा ललाटास टिळा
हिच्या संगाने जागल्या
दऱ्याखोऱ्यांतील शिळा
- कुसुमाग्रज

*खेड्यापाड्यांतील आम जनतेने*
*आपल्या जिभेवर जतन करून ठेवलेल्या*
*खळखळ वाहत्या पाण्यासारख्या भाषांना...*

# मनोगत

मराठी बोली व भाषा यांचा एक प्राध्यापक म्हणून आणि आस्था असणारा माणूस म्हणून मी जवळजवळ ३० वर्षांपासून लेखनचळवळीशी तसेच वाचनपरंपरेशी ऋणानुबंध जपत आलो. संशोधनाच्या निमित्ताने किंवा अध्यापनाच्या निमित्ताने विविध साहित्य-प्रकारही समजून घेत आलो. हे 'समजणे' समग्र नाही, याची मला जाणीव आहे. पण यामधून मला खूप काही शिकता आले, हेही खरे आहे! खेड्यांतील माणूस, तेथील भाषा, तेथील जगणे, तेथील बोलणे-चालणे, तेथील जीवनशैली आणि खेड्यांची रीतभात यांच्याशी माझे नाते कळीचे आणि तळमळीचे राहिले आहे. हा असा एक पदर या पुस्तकात वाचकांना अनुभवायला येईल. याशिवाय, महाविद्यालयांत दोन दशके केलेले अध्यापन आणि विद्यापीठांच्या प्रधान स्थळावर एका दशकापेक्षा अधिक काळ करत असलेल्या अध्यापनाचा एक सफल उपयोग या भाषेच्या चिंतनामागे आहे, असे मला वाटते. या पुस्तकातील बहुतांश लेख 'दैनिक सकाळ'ने सन्मानाची जागा देत सतत संपादकीय पानांवर, शिवाय सर्व आवृत्त्यांमधून प्रकाशित केले. म्हणून या लेखांना वाचकांनी भव्य स्वरूपात जी एक मोठी पसंती दिली, त्या पसंतीच्या प्रेरकतेमधून हे पुस्तक सिद्ध झाले. 'दैनिक सकाळ'चा मी मन:पूर्वक आभारी आहे.

माझी लेखणी आणि माझी भावना मराठी ग्रामीण कवितेशी अधिक घट्ट जुळलेली आहे. कविता लिहिताना तसेच मराठीची काव्यपरंपरा समजून घेताना बोलीभाषा नावाच्या संपत्तीने मला फार आनंद दिला. त्या आनंदाची चिन्हे या

पुस्तकातही वाचकांना नक्की दिसतील. माझ्या आवडीनिवडीचे तसेच माझ्या भाषा-आस्थेचे रंगतरंग इथे उमटलेले आहेत.

या पुस्तकाचे फलित नमूद करायचे झाले तर मी ते पाच टप्प्यांत नोंदवेन :

- अध्यापनात 'भाषा' संस्थेचे असलेले स्थान आणि त्यात कोणते बदल संभवू शकतात, याची चर्चा
- संशोधनप्रक्रियेत भाषेचा विचार जेवढा होत नाही, तेवढा साहित्याच्या संदर्भात होतो, याची स्थूल मीमांसा
- जनभाषा व पुस्तकभाषा यातील साम्य-भेद आणि अनुषंगिक ऊहापोह
- प्राध्यापक व लेखक म्हणून माझे बोलीकडे, भाषेकडे खुल्या दिलाने 'पाहणे' या ठिकाणी अनुभवायला येऊ शकेल.
- ग्रामीणतेशी माझी असलेली नाळ धरून बोलायचे तर लोक, बोली, समाज, दळणवळण असा एक चौपदरी बंध या पुस्तकात एकजीव झालेला बघायला मिळू शकेल.

वाचक, अभ्यासक, अध्यापक, विद्यार्थिगण यांचे प्रेम आणि त्यांचा पाठिंबा मला सतत मिळाला आहे. तो या पुस्तकालाही मिळेल अशी अपेक्षा बाळगत मनोगतास पूर्णविराम देतो.

**डॉ. केशव सखाराम देशमुख**

# अनुक्रमणिका


- मराठी भाषेतील करिअरच्या संधी ........................ ९
- पाणी देणारे हात आणि पुस्तकांचा संस्कार ............. १२
- अभ्यासकांना खुणावणारे भाषा संशोधनाचे क्षितिज ..... १४
- ग्रामबोलीच्या रक्षणाची निकड .......................... १८
- मराठीचे नवे रस्ते ........................................ २२
- ज्ञानभाषा होण्यासाठी जनसहभागाची गरज ............. २५
- भाषा विद्यापीठांतून बहरो मराठी ........................ २९
- विद्यापीठांतील 'मराठी' बदलाची निकड .................. ३३
- गावभाषा : आम्हां घरी धन! ............................. ३७
- सुसंवादी अध्यापनातून मराठी बहरेल .................... ४१
- लोकजीवनातील शब्दकळेचे तेज ........................ ४४
- लोकभाषा मराठी ज्ञानभाषा व्हावी! ...................... ४८
- दुष्काळ 'जगणे' बदलतो नि भाषाही! ..................... ५२
- स्त्रियांचे भाषाभान अन् अभिव्यक्ती ..................... ५६
- विद्यापीठातील मराठी शिक्षण बहरू द्या! ................ ६०
- पाठ्यपुस्तकांत हवी मुलांच्या 'स्व'ला जागा ............ ६४
- मराठीचे लक्ष बहुभाषांकडे हवे .......................... ६७

- भाषा अभ्यासाची प्रभावशाली पावले........................ ७०
- मायमराठीच्या रक्षणासाठी... .............................. ७४
- मराठी : प्रचंड क्षमतेची भाषा .............................. ७७
- हिशेब मराठीच्या आयुष्याचा... .............................. ८०
- तरुणाई, भाषा आणि उद्या.................................. ८३
- लोकशिक्षणाच्या भाषेचे चिरंतन प्रवाहित्व.............. ८६
- बोलीकडे चला........................................... ८९
- साहित्याचे सामाजिक आरोग्य ............................ ९३
- आतले आवाज दत्तक देऊ नयेत .......................... ९६
- खरेपणाला किंमत आहे! ................................... ९९
- नव्या वाटांचे इतिहास उभे करा .......................... १०१
- काळशोधक दृष्टीची पायवाट................................ १०३
- सर्जनाची टवटवी आणि सर्वसहभागीकरण .............. १०७
- कुंपण आणि वर्तुळत्याग .................................. ११०
- 'स्व' आणि आसमंत शोधाची लढाई ...................... ११४
- सगळे आभाळच तळहातांवर... ............................ ११८
- प्रयोगाला लाभलेले होकार ................................ १२२
- आकाश-जमिनीतील वजन समजून देताना............... १२५
- भाषासंशोधनातील अंधार .................................. १३०
- विद्यापीठीय पातळीवरील बदल ........................... १३३
- रूपांची, गुणांची मराठी.................................... १३७
- लोकांच्या जिभेवर बसलेली बोली संस्कृती................ १४०
- समाजबंधू आणि मराठी.................................... १४५
- मराठवाडी बोलीची खुमारी................................. १४९
- बोलीभाषेवर संकट......................................... १५३
- शेतीसंस्कृतीमधील बोलीचे ऱ्हासपर्व ..................... १५६

# मराठी भाषेतील करिअरच्या संधी

**भाषांतरविद्या हे तर फार मोठे एक दालन मराठीत आज उपलब्ध आहे. उत्तम अनुवादकार आज मिळत नाहीत, असे सतत ऐकू येते. उत्तम मुद्रितशोधक मिळत नाहीत. संपादनकौशल्यनिपुण निवेदक, बातमीदार, वृत्तसंपादक, मुलाखतकार मिळत नाहीत. अप्रतिम बोलण्यातूनही जग जिंकायला फार मोठी संधी आहे. केव्हा? जर मराठीला अशा प्रकारे नवे आयाम दिले तर...**

मातृभाषा म्हणून आणि संवादांची सर्वसाधारण माध्यमशील मराठी भाषा म्हणून मराठीकडे पाहण्याचा सर्वांचा दृष्टिकोण आज बदलत आहे. त्यामुळे मराठीचे, तिच्यातील भाषिक आणि साहित्यिकीय सत्त्व लक्षात घेता विद्यापीठीय पातळीवर स्वरूप बदलत गेले आहे. त्यामुळे आज आणि उद्या, शिवाय पुढे मराठी शिकणारी विद्यापीठीय ज्ञानार्थ्यांची संख्या मोठी, तसेच गुणात्मक प्रचंड वाढू शकते. एका भाषेसोबत अजून अन्य इतर दोन-चार भाषा शिकण्याची सोय विद्यार्थ्यांच्या आवाक्यात येत आहे. त्यामुळे खडूफळ्यांवरील व्यंजने-मुळाक्षरे गिरवत आणि घोकून कविता पाठ करण्याचा आजचा काळ उरलेला नाही. मराठी मूलभूत वाङ्मय आणि पायाभूत भाषेच्या विज्ञानाचा अभ्यास हा पूर्ण करून मराठी विषयात विविध आयामांचा स्वीकार करून करिअर करता येते. असे पाऊल स्वामी रामानंद तीर्थ मराठवाडा विद्यापीठाच्या भाषा व वाङ्मय संकुलाने उचलले आहे. याला अतिशय समाधानी आणि सादर प्रतिसाद पालक-विद्यार्थी देत आहेत.

सर्व वाङ्मय प्रकारांची अभिजात मिष्ठास विद्यार्थ्यांपर्यंत पाझरवत ठेवणे, हे सर्व मराठी प्रेमींच्या कर्तव्याचाच भाग आहे. भाषा शुद्ध बोलता-लिहिता येणे, हा नियम नाही. तथापि, ती माध्यमांकडे टिकून राहण्यासाठीची पूर्वअटच आहे. पण मराठीला जोडून इंग्लिश उत्तम प्रकारे अवगत करणे, हीसुद्धा सध्याची निकडच आहे. मराठीला जोडून एक वा दोन परकीय भाषा आज सहज शिकता येतात. हे सर्व मराठी घेऊन, मराठीसोबत राहून आणि एकाच विद्यापीठातून करता येते, हे विद्यार्थ्यांना कळले आहे. शिवाय, मराठीत करिअर करण्यासाठी उपलब्ध असणारी अनुकूलताही विद्यापीठ पातळीवर झाल्यामुळे, मराठीत सबकुछ आहे, हा विश्वास मोठ्या प्रमाणात वर्धित झाला आहे. मराठीत एम.ए. करून मुलास अर्ज लिहिता येत नाही अथवा शिक्षक झाल्यावर त्याला मुद्देसूदपणे आपले म्हणणे सांगता येत नाही, हा गैर परंतु एक समज निकाली काढून मराठीत करिअर करणारा आजचा ज्ञानोपासक हा भाषा कौशल्यांचा अभ्यासक्रम एका छत्राखालीच पूर्ण करू शकतो. त्याला मुद्रित शोधनाचा समग्र अभ्यास करण्याची सोय केलेली आहे. त्यामुळे इलेक्ट्रॉनिक आणि प्रिंट माध्यमात मराठीच्या मुलांना आता सोन्याची संधी तसेच पायांवर भक्कमपणे उभे राहण्याचे बळ मिळणार आहे. स्वामी रामानंद तीर्थ मराठवाडा विद्यापीठाच्या भाषा व वाङ्मय संकुलाने काळाची गरज ओळखून विद्यार्थी सबल (भाषाकौशल्ये आणि व्यक्तिमत्त्व विकास) करण्याच्या दृष्टीने या क्षणी गुणात्मक अभ्यासरचना केलेली आहे. यामुळे मराठी विषय ज्ञानोपासकांना सफलता आणि सिद्धी यांकडे घेऊन जाऊ शकेल.

अभ्यासक्रमांची रोजगाराभिमुखता आणि गुणवत्ता या उभय जोपासना विद्यार्थ्यांच्या हिताच्या तसेच त्यांची हिंमत वाढवणाऱ्या आहेत. शिकून करायचे तरी काय? नोकऱ्या कुठे लागणार आहेत? मराठीने काय भले होणार? मराठीचे कसे होणार? हे मळभ दूर करण्यासाठी युगाचा 'नवा वारा' अभ्यासूनच मराठीची नवी मुद्रा कोरल्याशिवाय आज पर्यायच नाही. म्हणूनच, मराठी आणि जाहिरातक्षेत्र, मराठी आणि मुद्रणकला, मराठी आणि चित्रपटगीत लेखन, मराठी आणि रंगभूमी, मराठी आणि नाटक, मराठी आणि पत्रकारिता, मराठी आणि दूरदर्शन वाहिन्या, मराठी कादंबऱ्या आणि चित्रपट, कविता-गीत आणि चित्रपट, प्रकाशन विश्व आणि मराठी हे सर्व विषय आज कळीचे झाले असून मराठीच्या मुलांना करिअर करायला ते अत्यंत फलदायी आहेत. विद्यापीठाच्या भाषा आणि वाङ्मय संकुलाने

*मराठीला जोडून एक वा दोन परकीय भाषा आज सहज शिकता येतात. हे सर्व मराठी घेऊन, मराठीसोबत राहून आणि एकाच विद्यापीठातून करता येते, हे विद्यार्थ्यांना कळले आहे. शिवाय, मराठीत करिअर करण्यासाठी उपलब्ध असणारी अनुकूलताही विद्यापीठ पातळीवर झाल्यामुळे, मराठीत सबकुछ आहे, हा विश्वास मोठ्या प्रमाणात वर्धित झाला आहे.*

हे अवघे बदल अभ्यासूनच, त्या अनुषंगाने विद्यार्थी पूर्णतः घडवण्याच्या दृष्टीने ठोस, नवे पाऊल उचलले आहे.

विद्यापीठांमधील भाषा संकुल या मार्गांनी प्रवास करतो आहे. बोलींचा अभ्यास करणारे केंद्र, भाषांतर मीमांसा, संशोधनाचा दर्जा सुधारण्यासाठी भाषा लेखनकौशल्यांचा गंभीरपणे अभ्यास, सॉफ्ट स्कील सर्टिफिकेट कोर्सेस, परकीय भाषा अभ्यास, इंग्लिशसारख्या विषयांत विश्वपातळीवरून भाषेचा तसेच वाङ्‌मयाचा सर्व प्रकारे पायाभूत अभ्यास, या सर्व सुविधा नांदेड विद्यापीठाच्या भाषा संकुलात तैनात करण्यात आलेल्या आहेत. वस्तुतः देशभर प्रसारित आणि प्रक्षेपित होणारे आकाशवाणी-दूरदर्शनसारखे माध्यम भाषांवरच उभे आहे. अप्रतिम लेखनकार, अप्रतिम संवादक या माध्यमांना हवे आहेत. या दृष्टीने मराठीची मुले तयार पाहिजेत. जसा उत्तम प्राध्यापक हवा, त्याचप्रमाणे संवादी भाषेत भाषाविचार सांगणारा संवादक हवा. एम.ए. मराठी या नव्या वाटेवर आली तर त्याचा आनंद आणि अर्थव्यवहारही सर्वांना आवडेलच. संगणक शिक्षण, इंटरनेट, ई-मेल, नवे माहितीजाल हे आज मराठीसोबत एकत्र जोडले, तर मराठीत करिअर करण्यासारखी मजा इतरत्र नाही.

❑❑❑

# पाणी देणारे हात आणि पुस्तकांचा संस्कार

**नुसती गुरे राखून भाकरीपलीकडे पदरात काय पडेल, हा गावाचा जुना अनुभव बदलला पाहिजे. नवी पिढी, नवे वळण हा गावाचा हमरस्ता झाला पाहिजे. पक्ष, पुढारी यांवर दातांच्या कण्या करून फार नाही फायदा, हे पोरांना पटवून दिले पाहिजे. लोकहिताचा आणि ग्रामउत्कर्षाचा विचार आम्ही नाही करायचा तर मग कुणी करायचा?**

हिंगोली जिल्ह्यात बिगर जलसंधारणाचे आणि फक्त राबणारे माझे गरीब गाव. ज्याचे नाव तुप्पा. गावात अंधार खाणारी माणसे घरोघर. आमच्या आधीच्या सर्व पिढ्या शेती-मातीतून उगवल्या. मातीत मिसळल्या. गरिबीचा रावण गावावर कायम रोखून असलेला. गावात जाती-धर्म अठरापगड. सगळे गाव इमानी न्यायालयाप्रमाणे. धनदौलत कुणाकडेच नसल्यामुळे अर्थातच स्पर्धा कमी, लोभ कमी, मत्सर कमी. तोरणाला मरणाला सर्वांच्या डोळ्यांत पाणी जमा होईल हा कळवळा गावाने जपला. आज माझ्या गावात सारी मुले शिकत आहेत. मूठभर नोकरीत आली आहेत. शिक्षक, प्राध्यापक, वकील, अभियंता अशा पदांवर काम करत आहेत. माझ्यासह ही सर्व मुले गाव विसरली नाहीत. विसरू शकत नाहीत. नवे पेरायला ती गावी जातात आणि आकाशाएवढा थोर आनंद घेऊन परत शहरात दाखल होतात. मला माझ्या गावाने सर्वात सुंदर बोलीभाषा दिली. प्रामाणिक वागायचा च्यवनप्राश दिला. गुणवत्तेच्या बाजूने उभे राहण्याचे सत्त्व दिले. वडीलधाऱ्यांना मान देण्याचे

ग्रंथापेक्षा थोर मन दिले. गावातील बापूराव राखोंडे या मुलाच्या धडपडीवर एक गोष्ट लिहिली, ती 'सकाळ'ने छापली. त्यातून राखोंडे नावाचा धडपडणारा पोरगा सर्वांना कळाला. या मुलाने स्वतःच्या शेतातल्या बोअरवेलमधून पाइपलाइन टाकून ठणठण उन्हाळ्यात तुप्पा गावाला पाणीपुरवठा केला. 'पाणी देणारा हात' याच गावात उगवला आणि त्याने कृतज्ञतापूर्वक गावाला जलपुरवठा केला. तहानेच्या स्तरावरची माझ्या गावातली ही आठवण माझ्या दृष्टीने सुंदर होय.

गावात वाचनशाळा सुरू करण्यासाठी आम्ही काही तरुण तयारीसह उतरलो आहोत. यासाठी माझ्या घरातली ५०० पुस्तके मी गावात पोहोचवायची तयारी केली आहे. मराठीतल्या मातब्बर लेखकांच्या दारात जाऊन 'पुस्तकांची माधुकरी' मागायची आहे. आज घरोघरी तुप्पा गावात शिकलेली पुष्कळ मुले, ज्यांच्या डोळ्यांत वाचनाची तहान आहे, अशा मुलांना पुस्तकेच पुस्तके द्यायचा आमचा इरादा आम्ही पक्का केला आहे.

नुसती गुरे राखून भाकरीपलीकडे पदरात काय पडेल, हा गावाचा जुना अनुभव बदलला पाहिजे. नवी पिढी, नवे वळण हा गावाचा हमरस्ता झाला पाहिजे. पक्ष, पुढारी यांवर दातांच्या कण्या करून फार नाही फायदा, हे पोरांना पटवून दिले पाहिजे. लोकहिताचा आणि ग्रामउत्कर्षाचा विचार आम्ही नाही करायचा तर मग कुणी करायचा? ॲड. प्रदीप देशमुख, इंजि. विनायक, प्रा. दादाराव, प्रा. कैलास, एरिगेशनमध्ये कार्यरत कामाजीराव, पंजाब देशमुख, जोंधळे-पाईकराव कुटुंबांतील अनेक जण 'पाणी, पुस्तकं आणि संस्कार' ही त्रिमिती तुप्पात जुळावी म्हणून आणि गाव सुंदर करायला पुढे येऊ पाहत आहेत. तुप्पा गाव भूतकाळाच्या काळोखातून बाहेर आले आहे. या गावावर पाण्याचे तेज आणि पुस्तकांचा प्रकाश पडावा, यासाठी तरुणांचे सैन्यदल सरसावते आहे.

**गावात वाचनशाळा सुरू करण्यासाठी आम्ही काही तरुण तयारीसह उतरलो आहोत. यासाठी माझ्या घरातील ५०० पुस्तके मी गावात पोहोचवायची तयारी केली आहे. मराठीतील मातब्बर लेखकांच्या दारात जाऊन 'पुस्तकांची माधुकरी' मागायची आहे.**

❑❑❑

# अभ्यासकांना खुणावणारे भाषा संशोधनाचे क्षितिज

**'मराठी एके मराठी' असा पाढा वाचून पदरात फार काही पडेल, असे वाटत नाही. नवा विचार, नवे विषय, नवी ताकद आणि नव्या कल्पना जोवर अमलात येणार नाहीत, तोवर भाषाच काय; कुठलेच संशोधन समाजपूरक, मौलिक, दिशावाचक होणार नाही.**

संशोधनाची सामाजिक उपयोगिता महत्त्वाची असते. त्याचा अनुबंध केवळ वित्तीय फायद्यासाठी जोडून पाहणे पूर्णतः योग्य ठरू शकत नाही. अकृषी विद्यापीठांच्या कला विद्याशाखा किंवा यासम आंतरविद्याशाखांमधून भाषेच्या संशोधनाची वर्तमान स्थिती कशी आहे? वाङ्मयाच्या स्तरांवर संशोधनाची गती प्रचंड आहे; पण गुणवत्तेच्या बाबतीत सर्वथैव चित्र अप्रतिम नाही. सहज करून मोकळे होण्याचा साहित्याच्या संशोधनातील कल सामाजिक अथवा लोकांच्या उपयोगी पडण्याच्या दृष्टीने फार बरा दिसत नाही. विषय शोधण्यासाठी करावे लागणारे चिंतन आणि द्यावा लागणारा वेळ, खोलात जाऊन अभ्यासक-संशोधक यांच्यात होणाऱ्या चर्चा, क्षेत्रीय आणि टेबलकार्य करण्यासाठी पूर्वनियोजन यांचा अभाव संशोधनाची प्रत सुधारण्यासाठी आडकाठी ठरताना आढळतो. त्यामुळे विचारांच्या अभावामधून किंवा इकडच्यातिकडच्या अनुकरणातून संशोधनाचे विषय तयार होतात. अशा कृतीमधून गुणात्मक असे फार काही हाती लागण्याची शक्यता अर्थातच धूसर असते.

> लेखक निवडून, वाङ्मयप्रकार घेऊन, प्रवाह घेऊन वारंवार होणारे संशोधन पुष्कळदा अनुकरण किंवा कॉपी सदराखाली जमा होण्याचा धोका वाढू शकतो.

एका लेखकाचा अभ्यास, कालखंड पाडून साहित्यप्रवाहांचे किंवा साहित्यप्रकारांचे अभ्यास, नियतकालिकांचे अभ्यास, संमेलन-भाषणासंबंधी संशोधन या प्रकारे संशोधनाचा गाडा धावताना आढळून येतो. या संशोधनाची दिशा चूक नसते किंवा त्याबद्दल आक्षेपही नसतात; पण नूतनता आणि विलक्षणता त्यात फार आढळत नाही. ग्रंथ उपलब्धी, ग्रंथालये, विद्यापीठे, महाविद्यालये, शासकीय संस्था आणि संगणकांवरून उपलब्ध होणारे सारे सारे, यामुळे संशोधनातील संकलन पातळीवरील परिश्रम आता उरलेले नाहीत. लेखक निवडून, वाङ्मयप्रकार घेऊन, प्रवाह घेऊन वारंवार होणारे संशोधन पुष्कळदा अनुकरण किंवा कॉपी सदराखाली जमा होण्याचा धोका वाढू शकतो. कट-पेस्टींगच्या हालचालींमुळे संशोधनाचा दर्जाच संशयाची जागा व्यापतो. असे संशोधन मग मौलिक कसे असणार? केवळ भाषासंबंधीचा संशोधनाचा काळ फार समाधानाचा दिसत नाही. सिद्धान्त, समीकरणे, काल, प्रदेश, परिवर्तन हे मार्ग भाषेत चोखाळावेच लागतात. डोक्याला फार खुराक नको, या भेदमूलक भावनेतून भाषेचे संशोधन तीव्रतेने होत नाही; जेवढे कथा, कविता, कादंबरी, आत्मकथा, ललित अशा प्रकारांवर होते.

दहा मुलांचा उच्चशिक्षित असा एक चमू दहा गावांत वर्ष-वर्ष जाऊन तेथील गावबोलींचा, संस्कृतीचा, व्यवहारांचा अभ्यास करताना दिसत नाही. पायाभूत संशोधनासाठी श्रम-वेळ द्यायला तरुणाई या पद्धतीने तयार झाली, तर भाषा जपता येतील आणि देशात कुठेही जाऊन युवकांना रोजगाराचे प्रभावी पाऊल रोवता येईल. या संदर्भात डॉ. गणेश देवींच्या कामाची दिशा महत्त्वाची मानता येईल. आपल्या भोवती मजुरांच्या मोठ्या वस्त्या असतात. श्रमिक वर्गातील स्त्रियांच्या भाषा मोठ्या प्रमाणात असतात. कितीतरी आदिवासीबहुल प्रदेश आज आपल्या भोवती आहेत. तिथे जाऊन चार-दहा वर्षांत एखादे जबर संशोधनकाम हाती घेता येते. यासाठी तरुणाई चटकन उद्युक्त होत नाही. त्यांनाही सक्षम मार्ग व दिशा मिळत नाही. त्यामुळे भाषेत नव्या, तरुण चिंतकांकडून मूलभूत भाषेबद्दलचे संशोधन कमी-कमी होते. नवे बदल दाखवणारे संशोधन-प्रबंध हाताच्या बोटांवर मोजण्याइतकेही सापडत नाहीत.

'मराठी एके मराठी' असा पाढा वाचून पदरात फार काही पडेल, असे वाटत नाही. जोवर नवा विचार, नवे विषय, नवी ताकद आणि नव्या कल्पना अमलात येणार नाहीत, तोवर भाषाच काय; कुठलेच संशोधन समाजपूरक, मौलिक, दिशावाचक होणार नाही, हे लक्षात घ्यायला हवे. साहित्याची भाषा घेऊन जन्मभर चांगले संशोधन करता येते. असे सुफळ प्रयत्न देशातल्या मान्यताप्राप्त अनेक संस्था, विद्यापीठांत झाले. पण साहित्य भाषा संशोधनातील वर्तमान फार उत्तम दिसत नाही. फार कमी लोक खपत, राबत या विषयांवर वेळ देत काम करतात. 'प्रचंड मेहनत' या शब्दाला पर्यायी मार्ग नाही, हे समजले म्हणजे संशोधनाचे नवे वातावरण तयार होईल. कसेबसे हाती घेतलेले काम संपवणे, हे विधान संशोधनाची प्रत स्पष्ट करण्यासाठी धोकादर्शक आहे, एवढे मात्र नक्की. महात्मा जोतीराव फुले यांच्या साहित्याची भाषा असा धागा पक्का करून साने गुरुजी, महानुभाव वाङ्मय, संतांचे अभंग, शाहिरी वाङ्मय, तेंडुलकर, शिरवाडकर, कमल देसाई, विभावरी शिरूरकर, दुर्गा भागवत यांच्या केवळ साहित्याच्या भाषेवरच संपूर्ण संशोधन व्हायला हरकत नाही.

महाराष्ट्रात भाषाभ्यासाकडे, त्यातील संशोधनाकडे गंभीरपणाने पाहणारी खूप भली माणसे काम करतात. नवे युवक त्यात मुबलक संख्येत उतरताना दिसत नाहीत. थोडे अपवाद असतील. तितकेच! हेमा गाडगीळ (संस्कृत भाषाभ्यास), डॉ. उज्ज्वला जोगळेकर (मराठी-फ्रेंच तौलनिक अभ्यास), विरूपाक्ष कुलकर्णी (भाषांतराभ्यास), वर्षा सहस्त्रबुद्धे (मुलांची भाषा), डॉ. माधवी आपटे (भाषाविज्ञान), रेणुका ओझरकर (भाषाविज्ञान), शरदिनी मोहिते (भाषाभ्यास), डॉ. विजया देव (भाषाभ्यास), विवेक भट (भाषाविज्ञान), विनय सायनेकर (भारतीय लिपी आणि संगणक), आशा मुंडले (भाषाविज्ञान), कलिका मेहता (भाषाविज्ञान), सुशांत देवळेकर (भाषातज्ज्ञ), अरविंद कोल्हटकर (भाषासंस्कृती)

ही महाराष्ट्रातील चिंतक मंडळी, जी सर्वसाधारणपणे सर्वांना ठाऊक नसलेली; पण भाषेच्या संशोधनासाठी आणि त्यातील अभ्यासाच्या नव्या दिशा समजून घेणारी ही माणसे आहेत. ही उत्तम नामसूची अजून वाढवता येणारी आहे. सांगण्याचा उद्देश इतकाच, की विद्यापीठांनाही या व्यक्तींचा, त्यांच्या दृष्टीने उपयोग करून घेता येईल. एकशिक्षकी शिक्षण आता उरले नाही. समूहशिक्षक प्रणाली स्वीकारून त्या-त्या क्षेत्रात उल्लेखनीय काम, संशोधन, अभ्यास करणारी खूप मोठी माणसे आपल्या विद्याशाखांत उपलब्ध आहेत. त्यांच्या प्रज्ञेचे साहाय्य आणि संपत्ती-साधनांचा उपयोग करून भाषाक्षेत्रातील संशोधनाला वेग देता येईल. त्याला नवी दिशा देऊन रोजगाराच्या सुंदर संधी उपलब्ध करता येतील. तरुणाई या विषयाकडे लोहचुंबकाप्रमाणे आकर्षित होणे ही काळाची गरज आहे.

❑❑❑

# ग्रामबोलीच्या रक्षणाची निकड

**आपले संस्कृतिचिन्ह झालेले ग्रामबोलीतील अनेक शब्द हरवून जाण्याची चिन्हे आज दिसत आहेत. नवी पिढी या शब्दांपासून तुटण्याचा धोका वाढत आहे. लोकसौष्ठव व शब्दसौष्ठव अशा पद्धतीने लोप पावणे म्हणजे चैतन्य हरपण्यासारखेच आहे.**

पिढीपालट आणि सद्यःकाळ यांच्या गतिशील बदलांमुळे ग्रामबोलीचा प्रश्न ऐरणीवर आलेला आहे. गरजांमध्ये परिवर्तन, राहणीमानाची ढब, जेवणांतील पदार्थ, हातांतील वापरण्याची साधने, माहिती-तंत्रज्ञानाने घडवलेले अनिवार्य बदल, अशा पुष्कळ बदलनिष्ठ गोष्टींचा ग्रामबोलीवर भयप्रद परिणाम झाला. जो परिणाम भाषिक, सामाजिक, सांस्कृतिक जीवनाची लय बिघडवणारा ठरावा. एक चूल बदलली वा स्वयंपाकघराचा ढाचा बदलला अथवा खेड्यांतील 'घर' शहरात आले, तरीही आपण शंभरपेक्षा जास्त शब्द व उच्चार गमावून बसतो. हा धोका लक्षात यायला हवा किंवा एक बैलगाडी सर्व लवाजम्यासह ग्रामजीवनशैलीतून वजाबाकीत घातली, तर अफाट शब्दांचे अर्थपूर्ण धनच गमावल्याचे भय आज वाढू पाहते आहे. उदाहरणार्थ, सराटा, उल्हं, दुधानं, काठवट, चाटू, थाटली, फुकणी, तवली, धिरडं, करडखीस, वतोल, गुंडी, झाऱ्या, कण्या, घुगऱ्या, आंबील, बुडगं, येळणी, कोळसा, भगोणं, शेकणं, भरडा, शेंगोळे, खारोड्या यांसारखे अमाप 'चवदार' शब्द व पदार्थ गावांच्या भोजनघरातून जवळजवळ गायब होण्याच्या मार्गावर आहेत. ही

अर्थपूर्ण व संस्कृतिचिन्ह झालेली ग्रामबोली रक्षण करण्याची निकड आहे. कारण या वस्तूंनी व शब्दांनी माणसांचे पोषण घडवलेले आहे. त्यातूनच ग्राम, बोली, समाज, संस्कृती यांचीही शान अधोरेखित झालेली आहे. भाषेतील हा सारा ऐवज हरवून बसणे म्हणजे फांद्या-पान-फुलांशिवाय महावृक्ष पाहण्याची वेळ येणे; असेच हे भयवाचक चित्र म्हटले पाहिजे.

खेड्यांच्या समग्र जीवनवाहिनीला तेथील लोकांची बोलीभाषा जोडलेली असते. यापासून माणूस आणि भाषा तुटली, तर ते भयंकर नुकसान होते. पूर्वी शेतात खळे होत असे. धान्यनिर्मितीची एक मोठी प्रक्रिया चालायची. पुढे मळणीयंत्र, तत्सम साधने आली आणि धोका असा झाला, की खळ्यांच्या भोवती जो वस्तू व शब्दसाठा होता; तो मात्र पार बुडून गेला. कृषी संस्कृतीला धरून, लगडून असणारे बोलीतल्या शब्दांचे महत्त्वाचे धन हरपूनच गेले. ग्रामबोली नुकसानाची ही एक अस्वस्थकारी घटना ठरली. चित्र, शब्द, अर्थ, जाणीव या पातळीवर हे 'धन' रक्षण करण्याची सर्व ग्रामप्रेमी जनांची आज अनिवार्य निकड आहे.

शेतरानांत पिकणारी, टिकणारी झाडं, झुडपांतली खूप कंद, फळे होती. रंग, चवी होत्या. आकार व आस्वाद होते! त्यांना नावे होती, शब्द होते, अर्थ होता. 'जगण्यालाही अर्थ होता'... ग्रामबोलीचे ते वैभव होते. शेतांत, बांधांवर, ओढ्यांच्या काठांवर आणि झाडांवर, झुडपांवर किती फळं होती. फळांची एक भाषा होती. तीच आज बुडण्याच्या बिंदूवर येऊन ठेपली आहे. वाघाटं, करटुले, धामणं, रानकामुन्या, बिब्बे, जंगली बोरं, लाखेच्या शेंगा, पाटा, बोंडं, बेलाची फळं, कवठ, टहाळ... किती किती वर्गातील फळं रानात रसवत्ता वाढवत होती. ही भाषा, शब्द यांचीही 'रसना' होती. फळ आणि शब्द, भाषा आणि जनता यांचा हा मेळ अत्यंत मौलिक होता. आजची नवी पिढी या फळांपासून, या शब्दांपासून

तुटण्याचा धोका वाढत आहे. जो धोका समाजव्यवस्थेलाही न परवडणारा आहे. लोकसौष्ठव व शब्दसौष्ठव अशा पद्धतीने लोप पावणे म्हणजे चव आणि चैतन्यच हरपण्याचा हा आरंभ आहे!

ग्रामबोलीचा विस्तार हा लहानबारीक नाही; नव्हता. खेड्यांच्या सर्व आविष्कारांशी तो कटिबद्ध, अनिवार्य, सर्व हालचालींशी जोडलेला आहे. वस्तू जाणे, शब्द जाणे हे केवळ भौतिक नसते; ते जैविकही असते. 'ग्राम' संस्कृतीच्या नुकसानीचा तो वेगळा मोठा अशा पद्धतीचा पैलू असतो. म्हणूनच ग्रामबोलींच्या रक्षणाची निकड अपेक्षिणे फार महत्त्वाचे ठरते. खेड्यांची एकेक जगण्यातील बाजू घेतली, तरी असे लक्षात येईल की, त्याचा संबंध भाषासौंदर्य व लोकजीवनाचे वैभव यांच्याशी थेट स्वरूपात असतो. पूर्वी खेड्यांतून होणारी लग्नं, मांडव, हळद, सोयरिक, टिळे, शेवंती, इवाहीभेट या सर्व उपक्रमांत शब्द, स्वर, गीत, विषय, उपक्रम होते. यांना जोडून बोलीसंस्कृती होती. हे जवळजवळ नाहीसे होऊ पाहते आहे. शहरे आणि मंगल कार्यालयांचा दिमाख यामुळे खेड्यांतील लग्नथाटच संपून गेला. त्या सोबतची 'भाषा' गायबच झाली! किंवा शेतीची मशागतीची कामं करताना, हंगाम काढताना, पेरणी करताना, पाणी काढताना, खळे करताना, बैल-म्हशी चारताना, शेळ्या-गायी वळताना, दूध काढताना, धुणं धुताना वा दळणकांडण करताना भाषा, गाणी, सूर, ताल यांना जागा होती. शब्दांचे प्रचंड धन होते. तेही उरलेले नाही. आनंद, शब्दच मावळून गेलेले आहेत. बाजार आणि व्यवस्था, व्यवहार आणि पैसा, वर्तमान आणि व्यवसाय, जग आणि लोक यांत मोठा बदल झाला. ही काळाची गरज असली, तरी भाषा आणि वस्तू, क्रिया आणि आनंद हा मात्र उरलेला नाही. सर्व क्रिया व कर्म यात एक बोली होती, शब्दधन होत;. तेच विहिरीचे पाणी आटावे तसे आटले!

शेतीचा सोबती बैल हा एक पाळीव प्राणी, मातीचा पोशिंदा जरी लक्षात घेतला आणि त्याच्याभोवतीची श्रमाची एक भव्य साखळी समजून घेतली, तरी दोनचारशे शब्दांची दौलत आहे, हे खरे. लाकूड व लोखंड यांची अवजारे; त्या अवजारांभोवती मोठे शब्दअर्थ वैभव होते. त्याचे प्रमाण पुरते घटले. ग्रामबोलीला याची फार मोठी झळ बसली आहे. ग्रामीण स्त्री, शेतकरी या दोन केंद्रीय घटकांना व्यापून असणारी श्रमाची संस्कृती भाषिक शब्दधनाने गरीब नसून 'श्रीमंत' आहे. ही श्रीमंती हळूहळू 'गरीब' होऊ पाहते आहे. घरांतील बाळांचा पाळणा, अंघोळीची नहाणी, शेतांतले खळे, मशागतीची लाकडी अवजारे, लग्नांचे मांडव, जेवणाच्या

सराटा, उल्हं, दुधानं, काठवट, चाटू, थाटली, फुकणी, तवली, धिरडं, करडखीस, वतोल, गुंडी, झाऱ्या, कण्या, घुगऱ्या, आंबील, बुडगं, येळणी, कोळसा, भगोणं, शेकणं, भरडा, शेंगोळे, खारोड्या यांसारखे अमाप 'चवदार' शब्द व पदार्थ गावांच्या भोजनघरातून जवळजवळ गायब होण्याच्या मार्गावर आहेत. ही अर्थपूर्ण व संस्कृतिचिन्ह झालेली ग्रामबोली रक्षण करण्याची निकड आहे. कारण या वस्तूंनी व शब्दांनी माणसांचे पोषण घडवलेले आहे. त्यातूनच ग्राम, बोली, समाज, संस्कृती यांचीही शान अधोरेखित झालेली आहे. भाषेतील हा सारा ऐवज हरवून बसणे म्हणजे फांद्या-पान-फुलांशिवाय महावृक्ष पाहण्याची वेळ येणे; असेच हे भयवाचक चित्र म्हटले पाहिजे.

पंगती, खेड्यांभोवतीच्या जत्रा, सर्व प्रकारचे सण, श्रद्धांनी भारलेले विविध विधी, महिलांचे ग्रामीण उत्सव, सासर-माहेर यांच्याशी जोडलेले भावबंध, पोळा, नागपंचमी, पाडवा, शिमगा, दिवाळी हा एकेक विषय ग्रंथांचे विविध खंड भरून पावन होणारे विषय आहेत. शब्दऐश्वर्य, लोकरहाटी, समाजसंस्कृती, बोलीवैभव आणि जीवनानंद या पाच गोष्टींची श्रीमंती गावसंस्कृती, शेतीसंस्कृतीच्या चलनवलनात सामावलेली आहे. ग्रामबोलींच्या नुकसान पातळीवरच आज हे सगळे विषय येऊन ठेपण्याची भीती वाढते आहे.

❑❑❑

# मराठीचे नवे रस्ते

**मराठीचा अभ्यास एका चाकोरीत करण्याचा काळ जवळजवळ संपलेला आहे. शासनाच्या भाषा धोरणाने देशभर जे एक मराठीचे सक्रिय वातावरण तयार केले, ही गोष्ट नक्कीच स्वागतार्ह आणि अस्मितावाचक म्हटली पाहिजे. मराठीची गुढी संशोधनाला, भाषिक चिंतनाला नक्की सतत प्रेरणाच देईल!**

मराठीमध्ये शिक्षक, विद्यार्थी, प्राध्यापक, भाषाप्रेमी सर्वांना नव्याने काम करण्याची, वेळ देण्याची मोठी संधी आता चालून आलेली आहे. दृष्टी, निरीक्षण, वेळ, पैसा, प्रयत्न या पाच गोष्टी सोबत असतील तर मराठीत आजपासून ऐतिहासिक काम हाती घेण्याची सुंदर संधी निर्माण करणे अगदी शक्य आहे. त्या संधीबद्दल काही गोष्टी नमूद करावयाच्या आहेत. त्या अशा :

- ग्रामीण भागांतून उत्तम शिकलेली मुले आपले घर, गाव, परिसर येथील शब्द संकलन करतील, शेतीच्या सर्व जुन्या अवजारनामांचे अर्थांसह संकलन करतील. ग्रामीण शब्द-चित्र-भाषा, माहिती कोश तयार करतील.
- याच भागातील मुले, मुली स्त्रियांची भाषा, लहान मुलांची भाषा, आजी-आजोबांची भाषा यांत लक्ष घालतील.
- परिसरात भरणाऱ्या जत्रा, बाजार, सण, वार, विधी येथील जी भाषा आहे, त्याचे संदर्भ जमा करतील आणि लोकसाहित्याचा नवा अभ्यास प्रत्यक्ष प्रयत्न करून पुढे आणतील.

**केवळ वाङ्मयाचे संशोधन काही दिवस थांबवून भाषेचे, बोलींचे संशोधन वाढलेच पाहिजे. कारण बोलीला, भाषेला आपण केव्हा न्याय देणार आहोत?**

- मराठीची माणसे, तरुण मराठी साहित्याचा–नेमका भाषेचा अभ्यास करतील. उदाहरणार्थ, कादंबरी, कथा, कवितेची भाषा, त्यातील संवाद, शब्द, माणसे, प्रतिमा, वर्णन, म्हणी, वाक्प्रचार यांचाच ते अभ्यास करतील.
- मराठीत जो अभ्यास मुबलक व चांगला होत नाही, तो भाषेचा. त्या दृष्टीने मराठी तरुण याकडे अधिक येतील. उदाहरणार्थ, शब्दनिर्माण, वाक्प्रचार, म्हणी, विशेषण, काळ, अर्थ, क्रियापद, वचन, लिंग, शब्द, वर्ण विचार, प्रयोग, अव्यय, सर्वनाम, विशेषण या अभिनव मराठी व्याकरण रचनेचा, भाषेला केंद्रभागी ठेवून आजच्या साहित्याचा विचार करतील.
- भाषेच्या शुद्ध-अशुद्धतेचा विचार गौण मानतील आणि लोकांच्या रोजच्या बोलीभाषेचा खोलात जाऊन विचार करतील. नवे लोक हे मनावर घेतील.
- जागतिक ख्यातीचे भाषातज्ज्ञ डॉ. गणेश देवी यांचा भाषा सर्वेक्षण प्रकल्प तरुण समजून घेतील आणि गुजरातमध्ये देवींनी सुरू केलेल्या कामांना, त्या स्थळांना संशोधन सहल म्हणून भेट देतील.
- भाषा कशामुळे मरतात आणि भाषा कोणामुळे जिवंत राहतात, या दोन्ही सूत्रांदरम्यान लोक असतात. त्या दृष्टीने लोकप्रधान असलेल्या बोलीचा अभ्यास नव्या परिप्रेक्ष्यातून तरुण-तरुणी करतील, विशेषतः शाळांतील शिक्षक या मार्गाने अधिक विचार करतील.
- आदिवासी समाज आणि त्यांच्या भाषेचा अभ्यास करता येणारा आहे. जवळच्या दृष्टीने नांदेड, किनवट परिसराचा साक्षात अभ्यास करता येणे सहज शक्य आहे. त्याचा विचार मुले करतील.
- संत गाडगेबाबा यांच्यावरील समग्र ग्रंथाचा अभ्यास भाषिक अभ्यासक नवे संशोधक आग्रहाने करतील. कीर्तन, त्यातील भाषा, संवाद, शब्द, वाक्प्रचार यांचा विविध पैलूंमधून अभ्यास उत्तम होईल व तो शक्य आहे. यामुळे नवे काम समाजापुढे येईल.
- याच पद्धतीने महात्मा जोतीराव गोविंदराव फुले यांच्या एकेक ग्रंथाचा

भाषाविचाराच्या दृष्टीने अभ्यास करता येईल. डॉ. भालचंद्र नेमाडे यांच्या कादंबऱ्यांचा फक्त भाषाविचारदृष्टीतून अभ्यास करता येईल.

- वारकरी संस्कृतीत रुजलेल्या कीर्तनाची भाषा, त्यातील दृष्टान्त, अभंग, संवाद, विनोद, उपदेश, वाक्यरचना, उच्चारसौंदर्य, संगीत, शब्द यांचा अभ्यास स्वतंत्र करता येईल.
- अन्नसंस्कृती व खाद्यसंस्कृती, विशेषतः ग्रामीण, तेथील पदार्थ, सेवन, कृती, आतिथ्य यांची भाषा संस्कृती आहे. 'पाहुणचाराची भाषा' आहे. शेतकऱ्यांची महाविद्यालयीन मुले याकडे अभ्यास म्हणून बघतील आणि त्यावर खास शोधनिबंध तयार करतील.
- 'गाणी' ही सर्व प्रकारच्या समाजव्यवस्थेचा अविभाज्य भाग आहेत. ग्राम व कृषी यांच्याशी ती जोडून आहेत, जी कालबाह्य व्हायची भीती आहे. मुले-मुली हा अभ्यास करू शकतील. प्राध्यापक या पद्धतीने याचे गीतनिष्ठ संशोधन करतील.

सहज सुचले तेवढे संशोधनाचे हे भाषाकेंद्री रस्ते नमूद केले. हे रस्ते प्रचंड आहेत, न संपणारे आहेत; पण 'कष्टाचे नको व कठीण नको', या स्वभावामुळे शोधनिबंध करण्याकडे कल वाढला आहे. केवळ वाङ्मयाचे संशोधन काही दिवस थांबवून भाषेचे, बोलींचे संशोधन वाढलेच पाहिजे. कारण बोलीला, भाषेला आपण केव्हा न्याय देणार आहोत? आमच्याकडे व इतरत्रसुद्धा संशोधनाचे चित्र कसे आहे? वाङ्मयावर जर २०० प्रबंध असतील तर भाषेवर केवळ दोन प्रबंध असतात. ही स्थिती बरी नाही. बोलींमध्ये उडी घेऊन काम करण्याची आजच आणि यापुढे तयारी करू या. आमच्या प्रतिज्ञेचा शब्द बनवू या, हे मराठीचे नवे रस्ते संशोधकांनी लक्षात घेऊन संशोधनाचा गाडा पुढे न्यायला हवा, हे काम कुणा एकाचे नाही, त्यासाठी सर्व मराठीप्रेमींचे हात मराठीच्या रथाला लागायला पाहिजेत.

❑❑❑

# ज्ञानभाषा होण्यासाठी जनसहभागाची गरज

**भाषावापर आणि जनसामिलकी ही गोष्टच मुळी आदिम, व्यापक, सर्वस्पर्शी, अनिवार्य आहे. राज्याचे भाषाधोरण हे सूत्र घेऊनच लोकांपुढे आले आहे.**

भाषा सल्लागार समितीने पायाभूत भूमिका घेत पुढल्या अडीच दशकांसाठीचे मराठी भाषेच्या विकासाच्या दृष्टीने बनवलेला ६४ पानी धोरणमसुदा महत्त्वाचा वाटतो. भाषेचा रथ पुढे नेण्यासाठी एखादा समूह पुरेसा नाही किंवा भाषेचा विकास केवळ म्हणजे एका विचाराने पुढे सरकणारी गोष्ट नाही. सत्ता, जनता आणि काळ यांचा समन्वय भाषाविकासासाठी महत्त्वाचा ठरतो. म्हणूनच मराठी भाषाविषयक धोरणाचा मसुदा तयार करताना शिक्षण यंत्रणा, प्रशासन, प्रसारमाध्यमे, वित्त आणि उद्योगजगत, न्यायालये आणि तंत्रज्ञानाचा सहज वाढलेला प्रसार यांचा विचार केलेला आहे. त्यांचा अनुबंध मराठीशी असल्यामुळे भाषेच्या धोरणात त्यांचा अंतर्भाव केलेला आहे. तो समुचित आहे.

सर्व क्षेत्रांत मराठीशी जोडून असणारा जनसमुदाय हा महत्त्वाचा ठरतो. जनसामिलकी आणि मराठी जनभाषा ही संगत आजकालची नाही. संवाद, व्यवहार, गरजा, भावना आणि आदानप्रदान व्यवस्था ही माणसांइतकीच प्राचीन बाब आहे. जिथे माणूस तिथे भाषा; हा न्याय इतर भाषांप्रमाणेच मराठीला लागू पडणारा आहे. त्यामुळे या भाषेच्या धोरणात माणसांच्या अर्थपूर्ण आवाजाला प्रचंड मोठी जागा आहे. ही जागा भाषाधोरणाने अचूक ओळखलेली आहे, हेही महत्त्वाचे आहे.

जनता आणि भाषा या एकमेकांकडे मुखे करून उभ्या राहणाऱ्या गोष्टी आहेत. मराठी या दृष्टीने नागर व ग्राम पातळीवर महत्त्वाची भाषा आहे. बोलींचे उद्धार व संवर्धन झाले पाहिजे आणि प्रमाण शिक्षण ज्ञानातील जी मराठी आहे, तीही सर्वांनी आत्मसात केली पाहिजे. बोली व प्रमाण या एकमेकींच्या वैरिणी अजिबात नाहीत. फक्त इतकेच की, महानगरांतील उच्चभ्रूंनी बोलींचे साजिवंत अंतरंग समजून घ्यावे आणि मराठीचा प्रमाण चेहरा ग्रामीण माणसांना सुगम करून महानगरांनी व तेथील शिक्षण यंत्रणेने समजून द्यावा इतकेच. शहरे, गावे अशी भेदाची रेघ मारून भाषा कुणालाच कळणारी नाही. भाषाधोरणाच्या मसुद्यात ही बाजू व्यापक स्वरूपात समजून घेतलेली आहे.

जग आणि मराठी हा स्वर जनतेने समजून घेतला पाहिजे. ज्ञानाची भाषा म्हणून मराठी होण्याकडे लोकयत्न आणि लोकरेटा वाढला पाहिजे. ताकद व मर्यादा यांवर चिंतन करून जागतिक होण्यासाठी अद्याप कुठली आवश्यक ताकद मराठीला हवी; यासाठी सराव व अभ्यास मराठी माणसाने करायला हवा. प्रसारमाध्यमांसोबत लोक राहिले पाहिजेत. सरकारसोबत लोक राहिले पाहिजेत आणि महत्त्वाचे हे की, नव्या तंत्रज्ञानासोबत स्वागतशील समूहवृत्तीने लोकांनी राहिले पाहिजे. यामुळे मराठी भाषा ज्ञानभाषा व्हायला साहाय्यभूत ठरेल. ज्ञानाच्या पातळीवर कुठलाच न्यूनगंड नसावा आणि हा संशय जनतेच्या मनामधून आधी करपून जाण्याची आवश्यकता आहे. उलट, मातृभाषा पक्की असेल तर इतर कुठलीही भाषा अवगत करणे सुकर असते.

कोणतीही भाषा सत्त्वहीन व सूत्रहीन नसते. फक्त जागत्या वातावरणाची कमतरता असते. अर्थात, हे जागते वातावरण धोरण आणि सरकार उभयतांनी केलेलेच आहे. आता फक्त जनचळवळीचा रेटा आणि सहभाग टिकून राहिला पाहिजे.

भाषेवर केवळ प्रेम करून भाषा वा तिचा विचार समोर जात नसतो. अस्मिता व गौरव म्हणून भाषेच्या कार्यात समूहाच्या झेपेची गरज महत्त्वाची असते. आमच्या घरांत मराठी दैनिके आग्रहाने दाखल व्हायला हवीत. मराठीच्या शाळा आणि मुलांच्या दप्तरांतील मराठी पुस्तकांची गुणवत्ता कायम उत्तम असली पाहिजे. शाळेतल्या मुलांना पाठ्यक्रम आणि भोवताल यात विसंगती जाणवू नये, ही धारणा शिक्षण व विचार यांची कायमच राहायला हवी. वळण आणि शिक्षण या एका नाण्याच्या दोन बाजू आहेत, या विचाराला बगल द्यायला नको. मराठीपण हे केवळ भाषिक नसते; तर भावना, भूमिका, वर्तमान, लोक, व्यवहार, गरजा, आवडी,

आदर या अशा नानाविध महत्त्वपूर्ण विषयांशी अनिवार्य स्वरूपात मराठीपण एकजीव झालेले असते.

भाषावापर आणि जनसामिलकी ही गोष्टच मुळी आदिम, व्यापक, सर्वस्पर्शी, अनिवार्य आहे. राज्याचे भाषाधोरण हे सूत्र घेऊनच लोकांपुढे आलेले आहे! मराठीतील पोस्टकार्ड लेखन आज कुठे उरले? 'एसएमएस'मधील भाषेचे रूप संक्षिप्त व विचित्र झाले. मराठीच्या हिताविरोधातली तारुण्यनिष्ठ 'एसएमएस'प्रवीण भाषा ही भाषेला कुठलाच हातभार लावणारी नाही. शेतांवर उभ्या असलेल्या लक्षावधी पुरुषांची भाषा आणि घरी अहर्निश श्रम करणाऱ्या स्त्रियांची ग्रामीण स्तरावरील भाषा आणि 'मोबाईल लँग्वेज' यात भयंकर, पण भयसूचक अंतर आहे! या सर्व विपरीततेचा आणि विरोधाभासाचा विचार सर्व लोकांनी केला पाहिजे. मराठी शिक्षण नको, कारण शाळा धड नाहीत; असे म्हणून पालकांनी थांबू नये. तर, शाळा उत्तम होण्यासाठी पालकांचे शैक्षणिक, सामाजिक शाळास्तरांवरील सहभागीत्व विलक्षण वाढले पाहिजे. औषधांची केवळ माहिती नको. रोग आणि मूळ यांचा वेध आणि त्यावर जालीम उपायसुद्धा शोधले पाहिजेत. मराठी भाषिक चळवळीत हा विषय ऐरणीवर यायला हवा.

तथापि, मराठी हा भांडणाचा टॉपिक नाही. ते एक बीद्र आहे. देशभर मराठीचा वावर आणि उपयोग सन्मानपूर्वक व्हावा, याकरिता उघडलेली ही जनसहभागसिद्ध मोहीम आहे. कागदपत्रांमधला एकूण आशय सर्वांना कळावा; एकमेकांना समजून सांगावा; अशी मराठीच उत्कर्ष साधायला मदत करील. मराठी गाणं, मराठी भजन, मराठी अभंग, मराठी साहित्य, साहित्यातील आजचे विपुल लेखक व प्रवाह, बोलताचालता बहुआयामी मराठीसमृद्ध प्रत्येक माणूस यांची मराठी जगात कुठेच कमी नाही. इतर भाषेच्या तुलनेत ही मराठी अजिबात मागे नाही. हा स्वर आणि हा धागा मराठी धोरणाच्या मुळाशी आहे.

लोकवाङ्मय, संत वाङ्मय, महानुभाव वाङ्मय, लोकसंगीत आणि कीर्तन व निरुपणाची, सर्जनाची, भाषेची मराठीची परंपरा श्रेष्ठतम आणि समृद्धच आहे.

---

*भाषेवर केवळ प्रेम करून भाषा वा तिचा विचार समोर जात नसतो. अस्मिता व गौरव म्हणून भाषेच्या कार्यात समूहाच्या ऊर्मीची गरज महत्त्वाची असते.*

यातील मराठीचा प्रातिभिक, नवरसनिर्मित आणि लोकसामिलकीच्या पातळीवर आभाळभर, जमिनीची सर्व टोकं व्यापून असणारा मराठीचा विस्तार आहे. आणि म्हणूनच मराठीच्या या विस्ताराला इतिहास आणि समृद्धीचा देखणा वारसा लाभलेला आहे. कोट्यवधी मराठी माणसांच्या खांद्यांवर असणारी ही मराठीची पालखी आहे. ती पंढरपूरच्या जत्रेत सतत दिसते, ती दीक्षाभूमीवरील भीमसागरात दिसते. ही पालखी मराठी माणसांच्या, त्यांच्या भावविचारांच्या आविष्कारांत दिसते! तिचे धोरण निश्चित करण्याच्या प्रयत्नांतही मोठा जनसहभाग लाभावा.

❑❑❑

# भाषा विद्यापीठांतून बहरो मराठी

**आपले मराठीकरण हे अस्मिता ओलांडून समोर तर गेलेच पाहिजे; पण त्याचबरोबर नवतंत्रज्ञान आणि मराठी भाषा विद्यापीठ असा समन्वय वाढवत काळाचा आणि संधींचा विचार भाषिक विद्यापीठात अग्रक्रमाने व्हायला हवा.**

मराठी भाषा विद्यापीठ उभे करण्यासंबंधी सकारात्मक चर्चा आणि वातावरण निर्माण होऊ पाहत आहे. राज्य सरकारच्या मराठी भाषाविषयक धोरणात या प्रकारच्या विद्यापीठ उभारणीविषयीची मांडणी साक्षेपी स्वरूपात मसुद्यातील पृष्ठ क्रमांक ३४ ते ३९ वर स्पष्ट केलेली आहे. जिज्ञासूंनी ती माहिती मुळातून समजून घ्यायला हवी. मराठी भाषेच्या शैक्षणिक स्थितीबद्दलचे आजचे चित्र फार समाधानाचे नाही. नवी पिढी, विशेषतः प्राध्यापक लोक नोकऱ्यांतील श्रेणीक्रम वाढवण्यासाठी जे काही लिहितात, ते लेखन तद्दन सुमार आणि दर्जाशून्य या पठडीतील असते. त्यात 'शोध' मुळीच नसतो आणि तो 'निबंध' नसतो. वर्णनात अडकलेले आणि आशयांत गुरफटलेले हे शोधनिबंध मराठी भाषा उत्कर्षात कोणती भर घालतात? अपवादाने 'कविता-रती' अथवा 'मुक्त शब्द' अशी हाताची पाच बोटे मोजावीत इतकीच मराठी नियतकालिके 'संशोधन' या उपाधीला जागतात. बाकी सांप्रत काळात मराठी भाषा संशोधनात केवळ आनंदच आढळतो.

उपलब्ध विद्यापीठांचे मराठी विभाग आणि तेथील भाषा शिक्षण, वाङ्मयाचा अभ्यास करण्यासाठी विद्यार्थ्यांचा आकडा चिंता वाढवणाराच आहे. तेथील भाषा-

**मराठी भाषा विद्यापीठ शोध व वाचन पातळीवर मुक्त असावे. ते केवळ प्राध्यापकीय वा शैक्षणिक अजिबात नसावे. येथे एखादा शेतकरी बोलला पाहिजे. पिके, हंगाम, अवजार, परंपरा, शेती, ग्राम, समाज यांच्यात खेळणारी 'बोली' आहे. त्या बोलीत लक्षावधी वस्तू, शब्द आहेत. ती 'भाषा'सुद्धा मराठी भाषा विद्यापीठात जतन व्हावी.**

शिक्षणात कोणते परिवर्तन आहे, याकडे बारीक लक्ष देण्याची कमालीची गरज आहे. स्वामी रामानंद तीर्थ मराठवाडा विद्यापीठात 'भाषा संकुल' कार्यरत असून, आंतरविद्याशास्त्रीय पातळीवर या ठिकाणी मराठी, इंग्लिश पदव्युत्तर शिक्षणाची सोय आहे. भाषांतर, परप्रांतीय साहित्याभ्यास, तौलनिक साहित्य, बालवाङ्मय, चित्रपटगीत लेखन, बोलींचा अभ्यास, मुद्रितशोधन, पटकथा लेखन, जाहिरातींचा अभ्यास, संस्कृती अभ्यास या पद्धतीचे 'पेपर्स' घेऊन एकापेक्षा अधिक भाषेत विद्यार्थी नव्या स्वरूपात अभ्यास करू शकतात. मराठी उच्चशिक्षणासाठी अपेक्षित खुलेपण इथे स्वीकारले आहे. मराठीचा आजच्या परिप्रेक्ष्यात केलेला हा अभ्यास म्हणून दखलप्राप्त आणि काळपात्र म्हणायला वाव आहे.

'विद्यमान विद्यापीठांच्या मराठी विभागांमधून प्राधान्याने मराठी साहित्य व समीक्षा या संबंधीचे अभ्यासक्रम राबवले जातात. या अभ्यासक्रमांत एकंदर भाषिक अभ्यासास व विशेषतः 'मराठी भाषेच्या सखोल अभ्यासा'स नाममात्र स्थान देण्यात येते.' असा शैक्षणिक मुद्दा सरकारच्या मराठी भाषाधोरणाच्या मसुद्यात जो पृष्ठ क्र. ३४-३५ वर उपस्थित केलेला आहे, तो समर्थनीय आहे. हा मुद्दा विस्तारून सांगायचा तर, ज्या जबाबदारीने ना. गो. कालेलकर या महनीय भाषाश्रेष्ठ चिंतकाने भाषेचा, भूगोलाचा, इतिहासाचा, संस्कृतीचा आणि ध्वनिविचाराचा 'अक्षर' अभ्यास करून ठेवला, त्या धर्तीवर विद्यापीठात भाषेचे संशोधन मात्र धीमे, कमी आणि श्रेष्ठ श्रेणीतले होत नाही. कथा-कवितेवर हजार प्रबंध विद्यापीठांत धूळ खात पडलेले दिसतात; पण भाषेवर एखादा प्रबंध तयार होतो. व्याकरण संशोधनाची आजची स्थिती चिंतावर्धित करणारीच आहे.

बोलींबद्दलचे संशोधन बरे होताना दिसते, पण ते फक्त आशयांतच गुदमरलेले आहे. डॉ. गणेश देवी ज्या पद्धतीने झपाटून लोकचळवळीचा भाग बनून बोलींच्या

बृहत् संशोधनात उडी घेतात, या प्रकारची झेप कोणत्याच विद्यापीठात प्राध्यापकांना घेता आलेली नाही, ही गोष्ट फार बरी नाही. जुजबी लेखकांवरची संशोधने थांबवली पाहिजेत. सपाट कथाकादंबरीवर 'संशोधन' करून कुणी वेळ व जीवन वाया घालवू नये, अशी म्हणायची वेळ त्या सपाट संशोधनाकडे बघून येते. मराठी भाषा विद्यापीठ भाषाबोली संशोधनाचा मुद्दा प्रधान मानेल, अशी अपेक्षा बाळगू या.

मराठी भाषा विद्यापीठ शोध व वाचन पातळीवर मुक्त असावे. ते केवळ प्राध्यापकीय वा शैक्षणिक अजिबात नसावे. येथे एखादा शेतकरी बोलला पाहिजे. पिके, हंगाम, अवजार, परंपरा, शेती, ग्राम, समाज यांच्यात खेळणारी 'बोली' आहे. त्या बोलीत लक्षावधी वस्तू, शब्द आहेत. ती 'भाषा'सुद्धा मराठी भाषा विद्यापीठात जतन व्हावी, तसेच डॉ. गणेश देवी यांच्यासारखे भाषेच्या सर्वेक्षणात काम करत आहेत. 'भाषा आणि जीवन' यांसारखी भाषिक कार्य करणारी नियतकालिके आहेत. जिव्या सोमा म्हसे यांच्यासारखे भारतीय आदिवासी संस्कृतीमधील महनीय कलावंत आहेत. ज्यांनी भाषा आणि संस्कृतीत भरीव, श्रेष्ठ प्रतीचे आणि साहित्य-समाजाला समोर घेऊन जाणारे काम केले नि अजूनही सुरू आहे, अशा व्यक्तींना, संस्थांना मराठी भाषा विद्यापीठाचे कायम घटक बनवायला हवे. आपले मराठीकरण हे अस्मिता ओलांडून समोर तर गेलेच पाहिजे; पण त्याचबरोबर नवतंत्रज्ञान आणि मराठी भाषा विद्यापीठ असा समन्वय वाढवत काळाचा आणि संधींचा विचार भाषिक विद्यापीठांत अग्रक्रमाने व्हायला हवा. शासनप्रणीत भाषाधोरणाचा मसुदा याकडे लक्ष ठेवून आहेच.

मराठीचा सद्यःकालीन विद्यार्थी हा सनद आणि गुणपत्रिकेवर अव्वल आहे, असे असले तरी समज आणि अभिव्यक्ती यात तो अव्वल दिसत नाही. मुलाखतप्रसंगी ही मुले लडखडतात, त्यांची बोबडी वळते. भाषेच्या क्षमतेवर ती

उभी राहत नाहीत. मराठी भाषा विद्यापीठांसमोरचे हे आव्हान असू शकते. विद्यमान विद्यापीठांचे मराठी विभाग या मुद्द्याकडे गंभीर पद्धतीने नक्कीच बघतील. पण अशा उदास स्थितीतही विद्यार्थ्यांचे चांगले पीक काही हंगामात निघते! (हा गुणवत्तेचा अपवाद समजून घेऊ या.)

आज बोली पचवून खूपच मराठी लेखक टवटवीत व दमदार वाङ्मय निर्माण करू लागले आहेत. ग्रामीण, स्त्री, आदिवासी, दलित आणि अजून कितीतरी कामगार जगतातील नवे लेखक सशक्त लेखन करत आहेत. या लेखनाचा अभ्यास सामाजिक-सांस्कृतिक संदर्भात खोलात जाऊन शक्य आहे. या प्रांताचा मराठी भाषेच्या विद्यापीठात प्राधान्याने विचार व्हायला हवा. १९२०मधले साहित्य किंवा त्या आधीचे शहरी-कल्पनाबाधित साहित्य पुनःपुन्हा ताकाप्रमाणे घुसळणे थांबले पाहिजे. नवे साहित्य, नवा जमाना, नव्या संधी व नवे रोजगार हे घटक मराठी भाषा विद्यापीठाच्या शिक्षणात आणि व्यवहारात मुख्य चर्चेत यायला हवेत. हे विद्यापीठ असा विचार करू शकेल, की सर्वच समाजांतून येणाऱ्या युवक-युवतींना भाषा, संस्कृती या स्तरांवर उन्नत बनवील. त्यांची निराशा घालवील! हे विद्यापीठ 'समाजा'चे बनेल. भोवतालचा 'परिसर' हा भाषिकदृष्ट्या आपल्या अभ्यासक्रमाचाच भाग बनवेल.

❑❑❑

# विद्यापीठांतील 'मराठी' बदलाची निकड

**विद्यापीठातील मराठी अभ्यासक्रमात धोरण, दिशा, हेतू असावा आणि जे कालसंगत शिकवायचे; ते गुणवत्ताधारीतच शिकवले गेले पाहिजे. यातून बदलणारी 'मराठी' रुक्षत्व तर कमी करीलच; पण त्यामुळे मराठीपण नव्याने उजळायलाही साहाय्य होईल.**

विद्यापीठांच्या मराठी विभागातून विद्यार्थिसंख्या घटू लागली आहे. वाङ्मय आणि भाषा घेऊन मिळवलेल्या पदव्यांचा फायदा तो किती; असा एक ताण मुले आणि पालक यांच्यात दिसू लागला; हे खोटे नाही. विद्यापीठांच्या अशा विभागात विद्यार्थी कमी आणि शिक्षक अधिक असे चित्र भविष्यात दिसले, तर भाषा व साहित्य याचा शिक्षणयंत्रणेला गंभीर विचार करावा लागू शकतो. आपल्या पाल्याने तीन-पाच वर्षे विद्यापीठीय शिक्षणासाठी; विशेषकरून भाषा शिक्षणाकरिता व्यतीत केल्यानंतरही व्यवसाय वा सेवासंधी मिळत नसेल, तर हे शिक्षण म्हणजे टणक दगडांवर केलेल्या पेरणीप्रमाणे निष्फळ व वेळदवडू ठरू शकते; ही पालकांच्या मनातील भीती रास्तच म्हणायला हवी.

विद्यापीठांतील या 'मराठी'त बदल करावे लागतील. ज्यामुळे ज्ञानार्थींच्या आशा पुन्हा पल्लवीत होतील. त्यांची उमेदही करपणार नाही. मराठीचे अभ्यासक्रम अधिक उपयोजित केले पाहिजेत. आजच्या संधींचा आणि वर्तमानाचा विचार 'मराठी'त व्हायला हवा. जळजळीत परिस्थिती वजा करून मराठीचा विचार करणे

'कोचिंग क्लास' चालवून घर चालवणाऱ्या मराठी विद्यार्थ्यांची संख्या मोठी आहे. काळ जगू देत नाही आणि शिक्षण भीक मागू देत नाही, अशी अडकित्त्यात सापडलेली 'भाषाशिक्षण संपन्न' तरुणाई आमच्या शिक्षणातील पोकळता दृढ करू पाहणारी आहे. भाषेला प्रतिष्ठा असणे ही गोष्ट तर निर्विवादच; पण मुलांनाही प्रतिष्ठा, त्यांच्या हुरुपाला प्रतिष्ठा आणि पदवींनाही प्रतिष्ठा हवी.

असयुक्तिकच म्हणायला हवे. फक्त संस्कार करण्यासाठी मराठी; हा एककप्पीय विचार नको. मराठी अभ्यासक्रमांत धोरण, दिशा, हेतू असावा आणि जे कालसंगत शिकवायचे; ते गुणवत्ताधारीतच शिकवले गेले पाहिजे. कारण अध्यापनाचा संबंध हा दुधात पाणी घालून विकावयाशी नसतो. भाषाशिक्षणातील गुणवत्तेला पर्याय नसावा. यामुळे विद्यार्थिसंख्यापट वाढेल. वर्गात न येणाऱ्यांचा प्रश्न उद्‌भवणार नाही. अभ्यासक्रमांची चाकोरी मोडली पाहिजे. संधी खुल्या करणारे विषय वाढावेत. आवड शाबूत ठेवणारे पेपर्स असावेत. उदाहरणार्थ, मराठी गीत अभ्यास व गीतलेखन संधी, पटकथांचे लेखन, जाहिरात लेखनातील कौशल्याचे आत्मसातीकरण, अनुवाद शिक्षण व त्यातील संधींची जाणीवजागृती, प्रसारमाध्यमांतील संधी, त्यासाठी कौशल्य - शैली - भाषा - तंत्रज्ञान शिक्षण, रंगभूमी - चित्रपट रसग्रहण शिक्षण, सूत्रसंचालन व भाषा, मुलाखत शिक्षण, बोलीभाषा अध्ययन, लेखक कार्यशाळा : सहभाग आणि प्रयोग, कविता व गाणे अभ्यास या प्रकारचे नवे आणि संधियोग्य अभ्यासक्रम तयार करायला हवेत. विद्यापीठांनी या विषयांतील महत्त्वाचे अभ्यासक विभागांत निमंत्रित करावेत. त्यामुळे विद्यापीठ व माध्यमे यात सौहार्द शैक्षणिक अनुबंध निर्माण होतील. विद्यार्थ्यांना या नवनव्या संधींतून शिक्षणाचे चीज करता येईल.

विद्यापीठांची ही बदलणारी 'मराठी' रुक्षत्व तर कमी करीलच; पण न येणारे विद्यार्थी अधिक संख्येत येतील. बदल स्वीकारतील. मराठीपण नव्याने उजळायला नक्कीच साहाय्य होईल. 'विद्यार्थ्यांना काय पाहिजे' या वाक्याचा विचार शिक्षणात होत नाही. 'आवडीप्रमाणे नि आवश्यक ते शिक्षण' या दुसऱ्या वाक्याचीही पर्वा प्रचलित शिक्षणात सामग्रयाने होताना दिसत नाही. म्हणूनच चाके असूनही मराठीच्या रथाची अवस्था न धावती होऊ लागलेली आहे. योग्य बदल अपरिहार्यच

आहेत. ज्ञानातील समाधानही अपरिहार्य आहे. उपयोगिता आणि गरजपूर्ती ही धारणा आवश्यक आहे. त्याला मराठी विषय अपवाद मुळीच नाही. प्राध्यापक टिकून राहावेत, हा विचार महत्त्वाचा गणला जातो; तसाच आमचा विद्यार्थीसुद्धा आनंदाने शिकून पुढे आला पाहिजे, हा विचार मराठीसाठी करायचा तर मराठीच्या बदलाची निकड अनिवार्यच बनते. माझ्या डोळ्यांपुढचे चित्र आहे, की या मराठीच्या रूढ शिक्षणातून एम.ए.; एम.फिल.; पीएच.डी., बी.एड. अशी पदवींची माळ घेऊन बाहेर पडलेले नापास चेहऱ्यांचे विद्यार्थ्यांचे लोंढे मी बघतो आहे; ज्यांना मराठीत नोकरी नाही. उच्च, सर्वोच्च शिक्षण पूर्ण करून मुले घरी बसून आहेत. त्यातील थोडी मुले बसआगारात, पोलीस ठाण्यात, सुरक्षा विभागात, अनुदान नसणाऱ्या शाळांमध्ये नोकरी करतात. खेदाची बाब अशी, की ज्यामध्ये त्याने पदवी घेतली, त्या क्षेत्रात त्याला नोकरी नाही; सुख नाही! पारंपरिक मराठीच्या कृपेचे हे फळ म्हटले पाहिजे. चाकोरीच्या मराठी शिक्षणाने अपेक्षाभंगाची सप्रेम भेट मिळावी तशी त्यांना मिळाली आहे. 'कोचिंग क्लास' चालवून घर चालवणाऱ्या मराठी विद्यार्थ्यांची संख्या मोठी आहे. काळ जगू देत नाही आणि शिक्षण भीक मागू देत नाही, अशी अडकित्त्यात सापडलेली 'भाषाशिक्षण संपन्न' तरुणाई आमच्या शिक्षणातील पोकळता दृढ करू पाहणारी आहे. भाषेला प्रतिष्ठा असणे ही गोष्ट तर निर्विवादच; पण मुलांनाही प्रतिष्ठा, त्यांच्या हुरुपाला प्रतिष्ठा आणि पदवींनाही प्रतिष्ठा हवी. विद्यापीठे व मराठी विभाग यांकडे जरूर लक्ष देतील. स्वामी रामानंद तीर्थ मराठवाडा विद्यापीठाच्या मराठी विभागाने मराठीच्या बदलाचा विचार सत्वर केला. भाषा, समीक्षा, वाङ्मय आणि वाङ्मयाचा इतिहास, लेखन, व्याकरण हे मूळ स्तंभ या विद्यापीठाने जपतच मराठीची बदलती मुद्रा अभ्यासक्रमांपासून दूर ठेवलेली नाही. विज्ञानासारखा अथवा गणितासारखा सगळा अभ्यासक्रम भाषेचा ठेवण्याचे काहीच कारण नाही. उलट, आंतरविद्याशाखानिष्ठ, व्यावहारिक, उपयोजित आणि काळानुरूप भाषा वाङ्मयातील बदल झालेच पाहिजेत. कारण हे बदल संधींचे दार उघडायला साहाय्य करू शकतात.

गावोगावी माणसे जे बोलतात; त्या बोलण्याचा भाषाअभ्यास करून विद्यापीठांतील तरुण भाषाकोशाचे जबर काम करू शकतात. प्रमाणलेखन आणि व्याकरण उत्तम, सहज अवगत करून माध्यम संख्या, प्रकाशन संस्था, शासकीय नानाविध संस्था, मुद्रणसंस्था, विद्यापीठे अशा विपुल ठिकाणी नीट लेखन करण्यास, तपासण्यास तरुण हवे असतात. विद्यार्थी यांत शिरले, तर शाळांतील शिक्षकांपेक्षा

अधिक उत्पन्न मिळवू शकतील. मुद्रितशोधन हा छोटा आणि परिणामकारक कोर्स विद्यापीठांत अनिवार्य करता येईल. मराठीत शंभरपेक्षा जादा अनियतकालिके निघतात. विद्यापीठांतील तरुणांना या गरजपूर्ण मराठीचे धडे द्यायला हवेत.

शुद्ध, मूळ, खरे आणि फक्त विशुद्ध वाङ्मय असा घोष करून काय उपयोग? जे अप्रतिम व अ-क्षर आहे, ते तर मराठीत शिकूयाच; पण बदलपूर्ण मराठी आनंद आणि हमी देत असेल तर अशा मराठीच्या बदलांचा विचार विद्यापीठांनी, तरुणांनी, पालकांनी, प्राध्यापकांनी करायला हवा.

❑❑❑

# गावभाषा : आम्हां घरी धन!

**गावभाषा झाडांच्या खोलवर रुतलेल्या मुळांसारखी गावात, मानवी बोलींत बसलेली असते. समुद्रातील वाळूच्या अगणित कणांसारखी ही भाषा संपणारी नसली, तरी पिढ्यांच्या कालवशतेमुळे हातांतून निसटून जाऊ शकते. तेव्हा गावभाषेचे रक्षण हा विषय कळीचा बनायला हवा.**

जुन्या पिढीचे संस्कार आणि अनुकरणशील परंपरा यामुळे गावभाषा दीर्घ स्वरूपाचे बदल करत नवी बनत नाही. याउलट महानगरी भाषा असते. माहिती-ज्ञानाच्या अतिवेगवान रूपांमुळे ही भाषा सत्वर बदलते. यासाठी मोबाईलच्या संदेशभाषेचे उदाहरणही पूरक, बोलके ठरावे अथवा विद्यापीठीय तरुणाईची त्यांची म्हणून एक भाषा आपल्या ऐकिवात आहे. गावभाषा म्हणूनच 'आम्हां घरी धन' या प्रकृतीची ठरते. गावभाषेचा पोत अस्सलच राहतो. तिच्यात फार भेसळ करता येत नाही. तशी भेसळ तिच्यात कुणी इसम-गट करू लागला, तरी गावलोक 'तुम्हीं कुठून आलात?' असा प्रश्न विचारू शकतील.

मुद्रणाच्या लोखंडी खिळ्यांनी भाषा प्रथम जतन केली. ती सार्वत्रिक केली; ती प्रमाण केली. ही घटना सत्यार्थी असली तरी गावभाषेत जो पैस आणि तिच्यात जे वाहतेपण आहे, ते प्रमाणभाषेत आढळत नाही, हेही खरे आहे. अलीकडे मराठीचा साहित्यिक 'ग्रामीण' असे बिरूद घेऊन गावभाषा पचवत जोरदार लिहू लागला आहे. अशोक कौतिक कोळी यांची 'कुंधा' नावाची ठळक कादंबरी

खानदेशमधल्या 'तावडी' या गावभाषेतच आकार घेते. इथली गावभाषेची लज्जत आणि या भाषेची संपूर्ण मिठ्ठास परिणामकारक ठरते. कोळींची भाषा बाजूला केली, तर त्या कादंबरीचे सत्त्व वजाबाकीत जाऊ शकते.

व्यवहारधन झालेली आणि संवादलेणे बनलेली कुठलीही गावभाषा केवळ भाषिक सौंदर्य दृढ करत नसते. गावाचे खानपान, गावाची रीत, गावाचे सणवार, गावाची सुख-दुःखे, गावाची परंपरा आणि गावाची जगण्याची सशक्त ढब या सर्व ऐवजांना आत्मसात करत गावभाषा झाडांच्या खोलवर रुतलेल्या मुळांसारखी गावात, मानवी बोलींत बसलेली असते. बारा कोसांवर भाषा बदलते, असे जे म्हटले जाते, ते म्हणूनच अर्थवाचक आहे.

उत्तर-दक्षिण दिशांच्या एका रेषेमध्ये असणाऱ्या लातूर - नांदेड - हिंगोली या तीन जिल्ह्यांतील गावभाषा बघायची झाली, तरी त्या भाषेची रूपे कमालीची निराळी आणि स्वतंत्र ढब असणारी आहेत. 'आपण काय करत आहात?' हे वाक्य गावभाषेच्या परिसस्पर्शाने लयदार, घाटदार, चवदार होताना दिसते. वर निर्देश केलेले वाक्य लातूरच्या भूमीत 'काय करू लालाव', नांदेडच्या गावभूमीत 'काय करायल्या' आणि हिंगोली परिसरातील गावभाषेत तेच वाक्य 'काय करायलास' असे रूप घेऊन येताना दिसते.

गावभाषेचा अंतरंग ढंग हा खास प्रदेश, माती, माणूस यांच्या पारंपरिक रीतिभातींनी अधिक प्रत्ययकारी झालेला आढळतो. एवढी अवाढव्य पुस्तकक्रांती झाली असली, अथवा ग्रामग्रंथालयांच्या बऱ्यापैकी वाढत्या सोयी खेड्यांच्या भोवती वाढत असल्या, तरीही वडाच्या झाडांखाली, देवाच्या पारावर बसलेल्या गावमाणसांच्या गावभाषेला धक्का लागलेला नाही. याचे कारण खोलच खोल

मुरून असलेल्या ग्रामभाषा परंपरेतच आहे. ही भाषा परंपरा शेण आणि माती, त्वचा आणि मांस अशा पद्धतीची आहे. मूलतः भांडणतंटा घडताना गावभाषा शस्त्राचा अवतार बनून कार्य करताना दिसते. उत्स्फूर्तता हा गुण गावभाषेत जान-प्राण ओततो. याउलट, अचानक व्यक्त होतानाही माणसे ही मूळ पदावर, तात्पर्य मूळ भाषेवर येतात. रागाचे रूप मूळ भाषेत अधिक तीव्र होताना दिसते. गावभाषेत या भाषाबोलींचा प्रत्ययकारी अनुभव हा अधिकच येतो, हे खरे.

'भाषाबंदी' नावाची एक कल्पना भाषेत असते. श्लीलता लक्षात घेऊन काही शब्द, वाक्य, विचार, रूपं समाजात वापरू नयेत; यासाठी भाषाबंदी! संस्कृतीच्या चांगलेपणातून रूढ होत गेलेली समाजसंवर्धक अशी ही कल्पना. पण पुष्कळदा गावभाषेत प्रेमभावनेतून सहज शिवी उपयोगात आणली जाते. अशा वेळी तंटा उद्भवत नाही; पण हीच भाषाबंदीची रूपे एका अनोळख्याकडून दुसऱ्या अनोळख्याकडे वापरली की झगडा व्हायची शक्यता असते. म्हणजेच गावभाषा उपयोगाचे काहीएक ग्रामनियम असतात. जे लिखित नाहीत. जे परंपरेच्या धारांमधून परंपरेत प्रवाही बनून आहेत.

या गावभाषेसंबंधी असा एक मुद्दा समजून घेता येईल. तो म्हणजे, गावातील जुन्या वयस्क महिलांची गीतात्म भाषा; तसेच वयस्क आणि गावांना मार्गदर्शन करत असणाऱ्या पुरुषांची भाषा. या दोन घटकांकडूनच गावभाषेचे पोषण आणि गावभाषेचे रक्षण होताना प्रामुख्याने आढळते. 'आम्हां घरचं हे धन' जतन करण्याकरिता गावातील उच्चशिक्षितांनी आधुनिक जतनप्रवण साधनांचा वापर करून ही वयोवृद्धांची जबरदस्त गावभाषा सांभाळण्याचा यत्न करायला हवा. समुद्रातल्या वाळूच्या अगणित कणांसारखी ही भाषा संपणारी नसली, तरी पिढींच्या कालवशतेमुळे हातांतून निसटून जाऊ शकते. गावभाषारक्षणाचा विषय कळीचा बनायला हवा.

गावभाषा संशोधनातील दुसरीही एक महत्त्वाची बाजू आहे. ती आहे, या भाषेसोबत कृषक परंपरा जतन होण्याची. कृषक परंपरा आणि गावभाषा असा मेळ आहे. वस्तूंचा नामकोश आणि कार्यकोश ही मोठी क्षेत्रे आहेत. गावभाषा आणि गावशेती या अशा विस्तारशील विषयांत अभ्यासकांनी उडी घेतली, तर आंतरविद्याशाखेसाठी मदतच होईल. भाषा, वाङ्मय, इतिहास, समाज, संस्कृती आणि इतर सामाजिक शास्त्रांकरिता नवा अभ्यास या गावभाषा संशोधनातून निश्चितच होईल. कृषिनिष्ठा आणि भाषासमृद्धी याकडे दुर्लक्ष वाढत गेले, तर

व्यवहारधन झालेली आणि संवादलेणे बनलेली कुठलीही गावभाषा केवळ भाषिक सौंदर्य दृढ करत नसते. गावाचे खानपान, गावाची रीत, गावाचे सणवार, गावाची सुख-दुःखे, गावाची परंपरा आणि गावाची जगण्याची सशक्त ढब या सर्व ऐवजांना आत्मसात करत गावभाषा झाडांच्या खोलवर रुतलेल्या मुळांसारखी गावात, मानवी बोलींत बसलेली असते. बारा कोसांवर भाषा बदलते, असे जे म्हटले जाते, ते म्हणूनच अर्थवाचक आहे.

गावभाषा अडचणीत येण्याची शक्यता पुढल्या काळात डोके वर काढू शकेल.

'बैल आणि औत' हे दोन मोठे विषय शेतीतून बाद होण्याचे भय आहे. कारण मालकी व भाडेतत्त्वांवर यंत्रशेतीचा वावर वाढू पाहत आहे. मग बैल व औत यांच्याभोवती मोठा अर्थ आणि भाषा आहे; ती कालवश होण्याची भीती आहे. गावभाषेला ही बसणारी झळ भाषिक, सांस्कृतिक जबर हानी करणारीच आहे.

❑❑❑

# सुसंवादी अध्यापनातून मराठी बहरेल

**विद्यापीठ पातळीवरील मराठीच्या स्थितीचा धांडोळा मुळातूनच घ्यायला हवा. त्यातून मराठीच्या बदलाचा विचार अधिक स्पष्ट होईल. मराठी अध्यापनाचे वर्तुळ जेवढे सुसंवादी राहील, तेवढे चांगले. मराठीच्या बदलाचे गमक व उत्तर इथेच आहे.**

विद्यापीठ हे असे स्थळ आहे, जिथून मूलभूत झिरपत जाते; आणि इतरत्र त्यांच्या कार्यप्रणालीचे अनुकरण, पालन सुरू होते; हे समजून घेणे जास्त गरजेचे आहे. एका विस्तृत समूहाला दिशा देणारी आणि दृष्टी प्रदान करणारी अत्याधुनिक साधनांची विद्यापीठ ही एक मोठी 'ज्ञानशाला' आहे. अशा विद्यापीठांत चालणारी वाङ्मयाची, तसेच भाषेची स्थिती सतत बदलक्षम, नवनिर्मितिमूलक, कालसमांतर आणि पूर्णतः स्वतंत्र असणे, हे स्वाभाविकच आहे. संवादाचे कार्य करणारी मराठी, भाषासंवर्धनातली मराठी आणि पद्य-गद्य यातील मराठी ही मराठीची त्रिरूपे बदलती अशीच राहायला हवीत. एम.ए.च्या पातळीवरचे मराठीचे चित्र आज कसे आहे? त्यात रमणारे विद्यार्थिमन कितपत आहे? या शिक्षणाची गुणवत्ताप्रत कशा स्वरूपाची आहे? आणि त्याच्यातले विद्यार्थी सहभागीकरण कितपत स्वेच्छावृत्तीचे आहे? एकूण प्रश्नांचा धांडोळा मुळातूनच घ्यायला हवा. म्हणजे मग, मराठीच्या बदलाचा विचार अधिक स्पष्ट होईल. यात विद्यार्थ्यांचे मन वाचण्याचा विचार अभिप्रेत आहे.

म्हणूनच आठ अभ्यासपत्रिकांची मोळी बांधून विद्यार्थी एम.ए. पार करणे, हे

*मराठी वा कोणत्याही भाषेच्या शिक्षणांत शिकणाऱ्यांना सर्व पर्याय खुले हवेत. ज्ञान आणि निवड हे विषय बोजा वाटू नयेत. समजा, चार कवितासंग्रहांचा एखादा पेपर अभ्यासक्रमात प्रविष्ट असेल, तर शिकणाऱ्याकडून चारपट म्हणजे मराठीतील सोळा गुणवत्तेचे कवितासंग्रह वाचले जातील, असा प्रयत्न करायला हवा.*

तत्त्व घातक आहे. याचा नव्याने विचार करायला हवा. यात दुसरा धोका असा, की झेपेल असा अभ्यासक्रम देणे आणि सफल परीक्षेत तो अभ्यासक्रम बांधणे; हेही बरे नाही. यातून भाषेची आकलनाची संपूर्ण शिकवण मिळते काय आणि साहित्यगोडीबद्दल किती शिकवले जाते; या प्रश्नांची उत्तरे पूर्ण टक्के विद्यार्थ्यांना मिळतातच, याची ग्वाही देता येत नाही. त्यासाठी अध्ययनाच्या रीतींमध्ये आणि अध्यापनांच्याच रीतींमध्ये लक्षणीय बदल करण्याची आवश्यकता आहे. या संदर्भात स्वामी रामानंद तीर्थ मराठवाडा विद्यापीठाचे कुलगुरू डॉ. पंडित विद्यासागर यांनी अलीकडेच ज्ञानाच्या अद्ययावतीकरणाबद्दल ठोस भूमिका एका मराठीच्या कार्यशाळेत स्पष्ट केली. ती यथार्थ तर आहेच; शिवाय विद्यापीठांतील मराठीच्या बदलाची अपेक्षा सूचित करणारी आहे. विद्यार्थ्यांना काय पाहिजे, ही गुणज्ञवृत्ती कुठल्याच शिक्षणातून हद्दपार होता कामा नये. कारण लादलेले शिक्षण आनंद आणि इच्छा करपून टाकणारे असते. यासाठी वास्तवाचे चिंतन झाले पाहिजे. विद्यार्थ्यांची आवड ही शिक्षणातली प्रथम पसंतश्रेणी बनली पाहिजे.

अभ्यासपत्रिकांचा गाभा आणि विद्यार्थिभावना यात काकणभरही विसंगती राहता कामा नये. परीक्षा ही अग्निपरीक्षा बनायला नको. त्याबद्दलच्या ज्या काही पूर्तता आहेत, त्याचे रूप 'शिक्षा' बनता कामा नये. 'प्रवेश घ्या नि परीक्षेला या' हा शिक्षणातला धोकापथ आहे; याचा वेळीच विचार करायला हवा. संगत, नवीन, नेमका; पण ज्ञानवाचक परिष्कार करता यायला हवा. तंत्राला भावना बांधू नका, हाही विचार व्हावा.

मराठी वा कोणत्याही भाषेच्या शिक्षणांत शिकणाऱ्यांना सर्व पर्याय खुले हवेत. ज्ञान आणि निवड हे विषय बोजा वाटू नयेत. समजा, चार कवितासंग्रहांचा एखादा पेपर अभ्यासक्रमात प्रविष्ट असेल, तर शिकणाऱ्याकडून चारपट म्हणजे मराठीतील सोळा गुणवत्तेचे कवितासंग्रह वाचले जातील, असा प्रयत्न करायला

हवा. अध्यापकाचे कौशल्य तेथे पणाला लागेल. काव्यसमीक्षा नीट समजून देणारी वृत्ती वाढीस लागायला हवी. आकलन विकसित झालेच पाहिजे. अन्यथा पाठ्यक्रम व विद्यार्थी यांच्यात बिनमेळच वाढण्याची भीती अधिक.

दुसरी एक बाजू अशी, की अभ्यास करून, अभ्यासपूर्ण प्रश्न विचारण्याचा दुष्काळ वाढत चालला आहे आणि 'गप्प शिक्षण' डोके वर काढू लागले आहे. वर्गात शिकवणे सुरू असताना विद्यार्थ्यांना प्रश्नच सुचत नसतील, ते प्रश्न अस्वस्थ करत नसतील तर ही बाब चिंतेची आहे. आपल्या प्रश्नामुळे अज्ञान उघड होईल, या भीतीने जर विद्यार्थी गप्प बसत असतील, तर ते शिक्षकाचेदेखील अपयश म्हणावे लागेल. खुल्या संवादाचे वातावरण वर्गात ठेवणे अत्यंत आवश्यक आहे. एकाने मार्मिक प्रश्न उपस्थित केला तर त्यावर होणाऱ्या चर्चेचा लाभ सर्वच विद्यार्थ्यांना होऊ शकतो, कारण इतरांच्याही मनात तो प्रश्न आलेला असतो; पण विचारू की नको,अशा दुविधेत ते सापडलेले असतात.

चौफेर वाचनाचा अभाव हे या परिस्थितीचे एक कारण आहे. अभ्यासक्रमातील सारी पुस्तके सोन्याच्या कसोटीप्रमाणे असायला हवीत. सुचवलेली संदर्भग्रंथांची यादी गुणवत्तेचीच पाहिजे. मित्रांच्या ग्रंथांची बाधा तिथे नको. (पण उत्तम ग्रंथाचा विचार जरूर करावा.) ऊठसूट कोणीही नवख्याने लिहिलेली समीक्षेच्या नावाखाली बाजारांत शिरलेली पुस्तके, शिक्षकांनी कसोशीने दूर केली पाहिजेत. विद्यार्थ्यांना उथळ साधने पुरवणे तसा गुन्हाच ठरायला हवा. गुणवत्तेचे मापदंड जपायला हवेत; आणि एकूण बलस्थाने आपण ओळखायलाच हवीत.

पुस्तके आणि शिक्षण हा प्रवास सतत नीट पारखून झाला, तर विद्यार्थी कोणत्याही ज्ञानपरंपरेत व्याप्त राहील; याबद्दल संदेह बाळगण्याचे कारण नाही. जे-जे उत्तम आहे, आणि जे म्हणून आवड वर्धित करणारे आहे, त्या सर्व गोष्टींची जाणीव करून देणाऱ्या शिक्षकवर्गाची भूमिका महत्त्वाची असते. मराठी अध्यापनाचे क्षेत्र जेवढे मोकळे, सुसंवादी राहील तेवढे हवे आहे. मराठीच्या बदलाचे गमक व उत्तर इथेच आहे.

❑❑❑

# लोकजीवनातील शब्दकळेचे तेज

**घर आणि शेत या जनसंस्कृतींनी भाषाचिंतनाच्या क्षेत्रात, बोलीकोशांत वस्तू, अर्थ आणि शब्दकळा यांच्या संपदेची प्रचंड भर टाकली आहे. तेव्हा अभ्यास आणि सर्जन या दोन्ही बाजूंनी या जनबोलींचा नवा विचार ग्रामीण पर्यावरणाला सामावून घेत व्हायला हवा.**

प्रत्यक्ष वस्तू, वस्तूंचा वापर आणि त्यांच्याशी संलग्न असणारे शब्दांचे उच्चार हा सगळा ऐवज भाषा चिंतनार्थ महत्त्वाचा मानायला हवा. वस्तू, शब्द व उच्चार यांची परंपरा आणि सवय असते. जमिनीखाली धनाचा हंडा गवसावा तसे शब्दधन गवसत नाही. त्यासाठी अनेक पिढ्या भाषेला घेऊनच जगत असतात. विशेषकरून खेडी, घरं, शेती व श्रम या चार महाविस्तारी घटकांमध्ये लोकजीवन व्यापून उरणारी विराट भाषा आढळून येते. ही भाषा पायघोळ, अर्थसमृद्ध आणि मुखपरंपरा जपणारी असते. या मिष्ठास शब्दकळेचा थोडाफार प्रत्यय कीर्तन, तमाशा, गाणी, ग्राम रंगभूमी अशा सांस्कृतिक आविष्कारांमधून येतो; पण हा प्रत्यय तसा तोकडा आहे.

मूलतः लोकजीवनात घट्ट मिसळून असणारी ही ग्रामभाषा वनराईसारखी दाट असते. या ग्रामभाषेतील आशयप्रवण शब्दकळेला मोठी झळाळी असते. ही शब्दकळा जिवंत, सरल, प्रवाहशील आणि अर्थाने भारलेली असते. गावनागरिक आणि गावभाषा यांना विभक्त मुळीच करता येत नाही. या भाषेतील चढउतार,

लवचीकता, उच्चारवेग, शब्दाशब्दांच्या ठायी असणारी भारदस्तपणाची बैठक या नानाविध गुणधर्मांनी गावभाषेचे वजन झाकून राहणारे नसते.

खेडी केवळ पिकांचीच शेती करत नाहीत; तर ती भाषेचीही कसदार शेती करतात. ही बाब महत्त्वाची मानली पाहिजे. हीच भाषा कुणी अर्धवट माहितीवर बेतून वापरत असेल, तर त्यातून 'भाषा खराबीकरण' डोके वर काढण्याची भीती बळावण्याचा धोका असतो. शेत आणि शेताभोवती श्रमकर्माची लांब साखळी आहे. हाच मुद्दा घर आणि घरांभोवती असणाऱ्या श्रमकर्म यांना जोडता येणारा आहे. म्हणून घर आणि शेत या जशा अतिविराट जनसंस्कृती होत; तशाच त्या जनसंस्थाही होत. या दोन संस्कृतींनी भाषाचिंतनाच्या क्षेत्रात, बोलीकोशांत वस्तू, अर्थ आणि शब्दकळा यांच्या प्रचंड संपदेची भर टाकली आहे. हे शब्दधन संपदा विद्यापीठीय भाषासंशोधनात अथवा 'ग्रामीण' उपाधीखाली गणल्या जाणाऱ्या ललित वाङ्‌मयातही पाहिजे तसे अजून उतरलेले नाही.

अभ्यास आणि सर्जन या दोन्ही बाजूंनी जनबोलींचा नवा विचार ग्रामीण पर्यावरणाला सामावून घेत व्हायला हवा. या दृष्टीने एक; परंतु कष्टप्रद प्रयत्न प्रा. एकनाथ पगार यांनी केलेला आहे. नाशिकच्या भूगोलावर वसलेल्या विविध खेड्यांतील कास्तकार वर्गातील धडपड्या मुली-मुलांकडून जनबोलीचे शब्दधन जतन करण्याचे कार्य पगारांनी केले, जे उल्लेखनीय ठरावे. कविवर्य विठ्ठल वाघ यांचे बोलीतले काव्यलेखन किंवा बोली शब्दसंशोधनही विदित आहे. मराठवाड्यात, खेडोपाडी ग्राम आणि शिवार यांच्या विस्तृत कक्षेत तरल व जिवंत शब्द कानांवर पडले की आपण हरखून जाऊ. हे बोलीवैभव कोणत्याही प्रदेशात सोन्याच्या खाणीप्रमाणे पाहायला मिळते, हे विशेष.

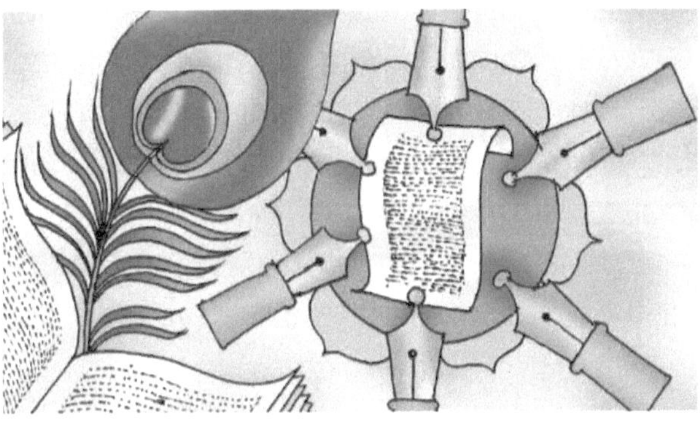

सराईत अथवा रुळलेल्या ग्रांथिक भाषेपेक्षा कितीतरी अनवट गोडी ग्राम जनबोलीत आहे. खेड्यांतून मौजूद असलेले जिवंत, गोडीयुक्त शब्द आणि वस्तुनाम यांच्या भाषेचा आविष्कार प्रभावी, अनोखा, समृद्ध, प्रसन्न आहे. जसे, भंदं (उष्टे अन्न), ताथं (ताजे), उसऱ्या (वाळवून ठेवलेली फळभाजी), खारोड्या (वाळवून ठेवलेला तिखट पदार्थ), खिरोस (गाय प्रसूत झाल्यानंतर तिच्या पहिल्या कच्च्या दुधापासून बनवला जाणारा पदार्थ), बेल्डीची भाकर (अनेक अन्नधान्ये दळून त्यांची बनवलेली पौष्टिक भाकरी), खानदेशात अशा भाकरीला 'कळणाची भाकर' म्हटले जाते. अशीच स्वयंपाकघरातील वस्तूंनाही बहारदार नावे आहेत. जसे की, गुंडी, तवली (दूध-पाण्यासाठीची छोटी घागर), काठोट (भाकरीचे पीठ मळण्याची लाकडाची परात), चाटू (लांब दांडा असलेला चमचा), वगराळं (पाणी माठातून घेण्यासाठीची स्टीलची वस्तू), आधली (धान्य मोजायचे माप, जे पत्र्यापासून बनवले जाते), लाभडं (पीठ, गूळ, पाणी घालून शिजवलेला गोड पदार्थ). याच धाटणीची आशयसमृद्ध शब्दकळा खेड्यांतील स्त्रिया-पुरुषांनी परंपरा जपत जतन केली आहे. भाषा संशोधनातील हा मोठा ठेवा आहे. धडपड्या, तरुण संशोधकांना हा ठेवा उत्तम संशोधन करायला साहाय्य करणारा आहे.

---

*खेडी केवळ पिकांचीच शेती करत नाहीत; तर ती भाषेचीही कसदार शेती करतात. ही बाब महत्त्वाची मानली पाहिजे. हीच भाषा कुणी अर्धवट माहितीवर बेतून वापरत असेल, तर त्यातून 'भाषा खराबीकरण' डोके वर काढण्याची भीती बळावण्याचा धोका असतो. शेत आणि शेताभोवती श्रमकर्माची लांब साखळी आहे. हाच मुद्दा घर आणि घरांभोवती असणाऱ्या श्रमकर्म यांना जोडता येणारा आहे. म्हणून घर आणि शेत या जशा अतिविराट जनसंस्कृती होत; तशाच त्या जनसंस्थाही होत. या दोन संस्कृतींनी भाषाचिंतनाच्या क्षेत्रात, बोलीकोशांत वस्तू, अर्थ आणि शब्दकळा यांच्या प्रचंड संपदेची भर टाकली आहे. हे शब्दधन संपदा विद्यापीठीय भाषासंशोधनात अथवा 'ग्रामीण' उपाधीखाली गणल्या जाणाऱ्या ललित वाङ्मयातही पाहिजे तसे अजून उतरलेले नाही.*

काही शब्द तर लोकांनी असे जतन केलेले आढळून येतात, ज्यामधून एकसंध संशोधन, आनंद प्राप्त होऊ शकतो. उदाहरणार्थ, क्रोधासाठी 'टेना', 'वेगाने धावणे' यासाठी 'चिंगाट' किंवा 'झॅ' असे शब्द आढळतात. 'भांडण' शब्दाऐवजी 'उपादी', 'कवंडळ'; 'दुष्ट'ऐवजी 'सतेस', 'मध्येमध्ये बोलणे'ऐवजी 'पचपच', 'विचित्र वर्तन'ऐवजी 'उपितराज', 'वंशनाश'ऐवजी 'बीबूड', 'लाकडी पलंग'ऐवजी 'तकतपोस', 'चादर'ऐवजी 'ढाबळं', 'हातरुमाल'ऐवजी 'दस्ती', 'धूळ'ऐवजी 'धुल्डा' किंवा 'फुपाटा', 'घरातली समोरची खोली'ऐवजी 'डहाळज', 'चामड्याचा नाडा'ऐवजी 'वारती', 'खोदकाम करण्याचे लोखंडी अवजार' या वस्तूला 'पहार', 'कुसा' असे शब्द सररास वापरले जातात.

शेती, भाती आणि माती संस्कृतीत कृषिकर्म करण्यासाठी अगणित वस्तू रोज वापरल्या जातात. त्यांचा नाममहिमा स्वतंत्र अभ्यास करावा इतका समृद्ध आहे. जसे, झोपाटा, कुपाटा, वाडगं, जूपन, शिवळाट, सर्की, बाज, जोडा, थाटली, बींडं, बंधाटी, व्हरका, आगळ, डांबरी, डवरं, दुंडं, मोगडा, आऊत, वसन, इळ्ळत, पास, धूरजड, सुरळ, डालगं, दाताळं, डोमाळं, धुरे, जानोळे, आरू, इडी, कुसा, टिव्हाळा, हातनी, धांद, चऱ्हाट, विल्डं, येसन, कासरा, दावन, या अशा शब्दांनी शेतीची कार्यपद्धती आणि वस्तूंचा संग्रह जतन केलेला आढळतो.

लोकजीवनातील ही शब्दकळा खेडूतांचे श्रम, जीवन, भाषा, जगणे आणि त्यांच्या दैनंदिन व्यवहाराचा अनिवार्य भाग बनलेली आहे. हे जसे बोलीतील भांडार आहे, तसेच ते भाषासंस्कृतीला अर्थवैभव मिळवून देणारे लक्षणीय शब्दांचे कधीच न सरणारे धन आहे.

❑❑❑

# लोकभाषा मराठी ज्ञानभाषा व्हावी!

**दहा कोटी जनतेची भाषा असणारी 'मराठी' ज्ञानभाषा व्हावयाची असेल, तर त्यासाठी समाज, सरकार, विद्यापीठे आदींनी एकत्र येऊन ध्येय व भूमिका म्हणून याकडे पाहायला हवे.**

दहा कोटींपेक्षा अधिक लोक जी बोलतात आणि एक हजार वर्षांची जिची परंपरा विशद केली जाते; अशी ही मराठी खूप खोल अर्थाने नागरिकांची भाषा आहे. इंग्लिश शिक्षणाचा केवढाही स्फोट झाला अथवा इंग्लिश शाळांची वाढ दिवसेंदिवस न थांबणारी असली, तरी मराठीला कधीच मरण नाही, हेही समजून घ्यायला हवे. कृती, भावना व विचार म्हणून तमाम मराठी माणूस मराठी भाषेला धरूनच अवघे दळणवळण करत असतो, ही सर्वश्रुत गोष्ट आहे. तथापि, इंग्लिश जशी ज्ञानाची, दुनियेची भाषा झाली, तसे रूप मराठीला मिळालेले नाही. म्हणजे दहा कोटी जनतेची भाषा असणारी 'मराठी' दुनियेची भाषा मात्र झालेली नाही! यासाठी होणारे आपले, संस्थांचे, सरकारचे व विद्यापीठांचे प्रयत्न वाढण्याची गरज अर्थातच मोठी असायला हवी. अलीकडचा सरकारचा भाषा समितीनिर्मित 'भाषाधोरणाचा मसुदा' या दृष्टीने चिंतनीय स्वरूपाचा आहे.

मातृभाषा शिक्षणाचा दंडक तर सर्व शाळांमध्ये असला पाहिजे. शासकीय कार्यालयांची भाषा मराठी व्हायला हवी. भाषांतर वा अनुवादकार्यांची गती व या क्षेत्रांतले काम प्रचंड वाढले पाहिजे आणि विद्यापीठांमधले कोणत्याही

ज्ञानशाखांमधले शिक्षण, त्या शिक्षणाची देवाणघेवाण इंग्लिशसह पर्याय म्हणून मराठीतूनही घ्यायची ज्ञानसोय उपलब्ध करून द्यायला हवी. याचा फायदा पूर्णतः ज्ञानार्जित सर्व घटकांना होईल. कारण, समग्र अवगत असणाऱ्या मातृभाषेतले जीवनातले पुढले सर्व शिक्षण घ्यायला सुलभ ठरते. परभाषा कितीही श्रेष्ठ ज्ञानभाषा असली, तरी तिचे एक प्रारंभिक दडपण हे असतेच. हे दडपण पुढली काही वर्षे लगोलग संपून जात नाही. याचाही विचार मराठी मातृभाषा-शिक्षणात करायलाच हवा. मुळात स्वीकार व तिरस्कार या पलीकडे जाऊन त्या-त्या भाषेचा विचार झाला पाहिजे. ही भावना समजून घेतली, तर लोकभाषा म्हणून ओळख असणाऱ्या या मराठीला ज्ञानभाषा व्हायला फार उशीर नाही.

आमच्या मराठीचे इतिहास हे आता मराठीत रूढ होत आहेत. वेगवेगळे विपुल कोश मराठीत तयार होऊ लागले आहेत. भाषेच्या व वाङ्मयाच्या पातळीवर कथा, काव्य, नाटक, चित्रपट, कादंबरी, आत्मकथन, गीत हे सारे आणि समृद्ध लेखन मराठीत जे आज होते; ते तर दृष्ट लागावे इतके श्रेष्ठ नक्कीच आहे. उदाहरणच घ्यायचे तर या दशकांतील आणि आजपर्यंतचे मराठी चित्रपट, त्यांचा आशय, त्यांनी हाताळलेले प्रश्न व विषय; यांची गुणवत्ता निखालस उच्च प्रतीचीच आहे. 'कोर्ट', 'ख्वाडा', 'फँड्री' यांसारख्या चित्रपटांनी तर अवघ्या जगात प्रभाव सिद्ध केलेला आहे. मराठी भाषेचे हे वळण भाषा म्हणून, ज्ञान म्हणून, विचार म्हणून व जनभाषा म्हणून जास्त महत्त्वाचे वाटते. हेच जरा वेगळे सूत्र पुढे घेऊन जाताना प्रा. रा. ग. जाधव यांनी एक महत्त्वाचा मुद्दा मांडला.

ते म्हणतात, 'विद्यापीठीय अभ्यासक्रमांतील कला, वाणिज्य, विज्ञान अशी कप्पाबंद व्यवस्था कालबाह्य झाली असून, ती सर्वथा खुली केली पाहिजे व

समग्र अवगत असणाऱ्या मातृभाषेतले जीवनातले पुढले सर्व शिक्षण घ्यायला सुलभ ठरते. परभाषा कितीही श्रेष्ठ ज्ञानभाषा असली, तरी तिचे एक प्रारंभिक दडपण हे असतेच. हे दडपण पुढली काही वर्षे लगोलग संपून जात नाही. याचाही विचार मराठी मातृभाषा-शिक्षणात करायलाच हवा. मुळात स्वीकार व तिरस्कार या पलीकडे जाऊन त्या-त्या भाषेचा विचार झाला पाहिजे. ही भावना समजून घेतली, तर लोकभाषा म्हणून ओळख असणाऱ्या या मराठीला ज्ञानभाषा व्हायला फार उशीर नाही.

मुख्यतः कला विभागात कोंडून ठेवलेला मराठी भाषा-वाङ्मयाचा विषय विज्ञान व वाणिज्य शाखांत ठेवला पाहिजे.'

ज्ञानाच्या आणि प्रायः मराठीच्या मुक्ततेची त्यांची ही शिफारस स्वाभाविकच एकदम समुचित स्वरूपाची ठरावी. कोणताही कायदा, कुठलेही परिपत्रक, कुठलेही शास्त्र, कुठलाही पाया ते शिखर म्हणून असलेले सर्व शिक्षण मराठीतूनच उपलब्ध झाले पाहिजे. ती लोकनिकड आहे. याला जनपाठिंबा, युवापाठिंबा भव्य रूपात निश्चितच प्राप्त होईल, याबद्दल शंका नाही. म्हणूनच सरकारच्या भाषाधोरणात 'मराठीचे विद्यापीठ' स्थापण्यासंबंधीचा जो मौलिक तपशील सूत्रबद्ध दिला आहे, तो नक्कीच महत्त्वाचा आहे. या सर्व कृतींचे निकाल उशिरा बघायला मिळतील. पण अशा प्रकारच्या विद्यापीठांमधून ज्ञानी लोक हळूहळू, पण मोठ्या संख्येने बाहेर पडतील. यातूनच उद्या अधिकारी, उद्योजक, नेतृत्व करणारे घटक, प्राध्यापक, संशोधक तयार होतील आणि ही मराठी टप्प्याटप्प्यांत 'ज्ञानभाषा' व्हावयास मोठे साहाय्यही होईल.

आमच्या विद्यापीठांमधील हरेक विद्यार्थी एकापेक्षा जास्त, म्हणजे चार-पाच भाषा अवगत करणारा हवा. बहुभाषार्जनाचे शिक्षण त्याला मिळावे. पण व्यापक परिप्रेक्ष्यांत ते घडत नाही! मराठी मातृभाषा असणारा मुलगा हा पाच वा अधिक भाषा-शिक्षण घेऊन उभा राहावा आणि मराठीसह सर्व भाषाशिक्षणाची गुणवत्ताही समान व श्रेष्ठ श्रेणीतील हवी. हे अशक्य नाही. फक्त यासाठी हट्ट व जिद्द हवी. जग जिंकण्याची आपली जिगर पक्की हवी. बस्स! डॉ. सुधीर रसाळ यांनी 'वाङ्मयीन संस्कृती'चे चिंतन करताना जगातील सर्व प्रगत भाषांशी संपर्क आवश्यक आहे

आणि प्रत्येक विद्यापीठांत भाषाकेंद्र हवे, असे नमूद करून ठेवलेले आहे.

अखेर ज्ञानभाषा म्हणजे तरी काय? दहा कोटी लोकांची एखादी मातृभाषा शिक्षणांतील भाषा व्हावी, ज्ञानाची भाषा बनावी, व्यवसाय, उद्योग, सेवा, नोकऱ्या, कायदा, सरकार या सर्व मुलखांत मातृभाषेचा अनिवार्य आढळ व्हावा! अर्थात, जादूची कांडी हवेत घुमवून हे होणार नाही. पण समाज, विद्यापीठ, सरकार व मराठी नोकर संघ आणि मातृभाषाधारक यांनी एकत्र येऊन ध्येय व भूमिका म्हणून याकडे बघायला हवे. हाच सुफळ पथ मराठीला ज्ञानभाषेकडे घेऊन जाण्यास श्रेयस्कर ठरेल.

❑❑❑

# दुष्काळ 'जगणे' बदलतो नि भाषाही!

**दुष्काळ जगणे बदलून टाकतो. दुष्काळाने स्वर, गाणी, उच्चार, शब्द, वाक्ये, म्हणी, बोलीभाषा यातही मोठा बदल होतो. कित्येक वेगवेगळ्या समूहांच्या बोली एकमेकांत मिसळतात. भाषेची ही सरमिसळ लक्षणीय असते.**

पावसाचेच नव्हे, तर दुष्काळाचेही कोरडे ढग सध्या जनतेची तडफड वाढवायला कारणीभूत ठरत आहेत. दुष्काळाने पाय पसरले तर एक वेळ माणसांचे कसेतरी निभावेल; पण शेळी-मेंढी, म्हैस, गाय-वासरू, पक्षी, बैल, प्राणिजगत, पक्षिजगत यांच्यासाठी दुष्काळ वैरी होऊनच उभा राहतो. सावली नाही, चारा नाही, तहान भागवायला पाणी नाही. अशी संकटे चाल करून येतात....

रोजच भयंकर बातम्या कानांवर व डोळ्यांपुढे आदळत असतात. लोक स्थलांतराचा मार्ग धरतात. जिथे पाणी आहे; तिथे मुक्काम हालवायला सुरुवात करतात. मराठवाड्यातील दुष्काळस्थिती भीषण असते. विशेषतः लातूर, बीड, उस्मानाबाद या जिल्ह्यांचे दुष्काळाने, पाणीप्रश्नामुळे होणारे हाल पाहावेनासे होतात. या जिल्ह्यांतून लोकांनी स्थलांतराचे पाऊल उचलायला सुरुवात केली आहे. हळूहळू लोक जमेल तसे तेथून पाय काढून घेत आहेत. या सर्वांचा परिणाम जगण्यावर, वागण्यावर, भाषांवर होणार हे उघड आहे.

'दर बारा कोसांवर भाषा बदलते', असे म्हटले जाते. दुष्काळाने लोकांच्या पदरात स्थलांतर टाकले. यामुळे भाषेत बदल होतील. बारा कोस किंवा त्यापेक्षा

कमी-अधिक अंतर कापून लोक पाणी जवळ करतील, तसेच विविध भाषांच्याही सान्निध्यात येतील. अनेक कुटुंबे आज इथे, उद्या तिथे असे स्थलांतर करू लागली, की भाषेची मोडतोड होणार. तोंडात नवे शब्द येणार, किंवा कानांवर नव्या शब्दांतली भाषा पडणार, हे स्वाभाविकच आहे. त्यामुळे उच्चारांची पत बदलते. व्यवहारातील-दळणवळणांतील रोजची वाक्ये बोलताना, ऐकताना, शब्द, वाक्य, म्हणी, गाणी यांचाही हेल बदलतो. एक गावसंस्कृती दुसऱ्या गावसंस्कृतीला भेटली; आणि त्यात काही महिने, वर्षे लोटली की भाषा बदलणारच! तेव्हा, मानवी मने ढवळून, खरडून काढणारा दुष्काळ, मानवी विचारशक्तीवर स्वार होणारा दुष्काळ, भाषाही ढवळून काढणार यात शंका नाही.

नदीच्या काठाकाठांवर जी गावे-शहरे वसलेली असतात, तेथील जनभाषेचा वा बोलींचा लहेजा किंवा पोत हा प्रायः वेगळा ठसा असतो. नदीच्या पात्रांचा अथवा भूपट्ट्याचा जाणवावा इतका ठळक परिणाम बोलण्यावर, वर्तनावर, राहण्या-सहाण्यावर आणि समाजसंस्कृतीवर होतो. याउलट जंगलपट्ट्यात राहणाऱ्या लोकांची बोली अथवा डोंगरीसदृश भागांतील भाषा; समुद्रांच्या भोवताली राहणाऱ्यांची बोलीभाषा— या सर्वांच्या भाषेत शब्दसंपत्ती, उच्चाररूपे, वाक्प्रचार, गाणी, म्हणी, सणोत्सवांतील भाषा, तेथील बाजारहाटांतली भाषा यात ठळक फरक जाणवतोच. दुष्काळ हा भाषेतील आदानप्रदानता वाढवतो; शिवाय, मुले-स्त्रिया, दुष्काळासारख्या आघातामधून, स्थलांतरातून नवे शब्द, नवी भाषा, नवे उच्चार शिकून घेतात. लोकांच्या मूळ भाषेला या स्थलांतरामुळे धक्का पोहोचतोच. आपत्तीचे शस्त्र बनून येणारा दुष्काळ भाषा, बोलणे, वाक्यरचना, शब्दकळा यात बदल घडवून आणतो.

दुष्काळाचा फटका दहावी-बारावीच्या परीक्षांनाही बसतो. काही मुले या

गावावरून त्या गावी निघून जातात. ही थोडीफार गळती विचार करण्यासारखी गोष्ट आहे. दुष्काळ लांबला की गाव सोडून गेलेली कुटुंबे अधिकाधिक परगावात राहतात. त्यामुळे भाषा, शब्द, बोली यात सरमिसळ होते आणि भाषा पुष्कळ बदलते. नोकऱ्या, व्यापार, उद्योग, युद्धे, संकटे, रोगराई किंवा अशी कारणे विचारात घेता, स्थलांतर (देशांतर) होते. त्यामुळे भाषा, संस्कृती, खानपान, विहार, आहार, जीवन यातही मोठे बदल होतात. म्हणजे काय, तर भाषाही बदलतेच! याला कारण संस्काराप्रमाणे संकटेही ठरतात. या न्यायानेच दुष्काळ हा भाषाबदलालाही कारण ठरतो. पूर्वी रोगराई पसरे, युद्धे होत, महापूर किंवा या प्रकारची अरिष्टे येत. लोकांना त्यामुळे स्थलांतरित व्हावे लागे. त्यातून एका जनसमूहाचा दुसऱ्या जनसमूहाशी संपर्क येई व तो टिकून राही. यातूनच रोजच्या व्यवहाराची भाषा दोन समूहगटांत मिसळे आणि भाषाबदल होई. दुष्काळ हाही भाषाबदलास कारण ठरतो.

नुसता 'पाणी' हा एक शब्द अवघी जीवनशैलीच बदलून टाकतो. पाणी आणि दुष्काळ हे दोन्ही शब्द समानार्थी व विरुद्धार्थी आहेत. पाण्याशिवाय जीव जगत नाहीत; आणि दुष्काळाशिवाय जगणे सुखकारक होऊ शकते. धान्यांचे भाव आभाळाला भिडतात. त्यामुळे कसे जगायचे आणि खायचे काय, असे प्रश्न लोकांना पडतात. खेड्यांची स्थिती शोचनीय होते. जनावरांच्या चारापाण्याचा प्रश्न गंभीर बनतो. त्यांच्याकडे तर भूक व्यक्त करायला शब्द नसतात, भाषा नसते. देहबोलीतून व्यक्त त्यांची तडफड पाहवत नाही.

दुष्काळ जगणे बदलून टाकतो. संस्कृतीत बदल घडवतो. दुष्काळाने स्वर, गाणी, उच्चार, शब्द, वाक्ये, म्हणी, बोलीभाषा यातही मोठा बदल होतो. वेगवेगळ्या समूहांच्या बोली एकमेकांत मिसळतात. भाषेची ही सरमिसळ लक्षणीय असते. यात, 'जीवघेणा दुष्काळ' हा मात्र खलनायकाप्रमाणे लोकांच्या मनांना भुंग्यासारखा पोखरत राहतो. दुष्काळ हा भाषाविज्ञानाला रसद पुरवत असला, तरी

*एक गावसंस्कृती दुसऱ्या गावसंस्कृतीला भेटली; आणि त्यात काही महिने, वर्षे लोटली की भाषा बदलणारच! तेव्हा मानवी मने ढवळून, खरडून काढणारा दुष्काळ; मानवी विचारशक्तीवर स्वार होणारा दुष्काळ, भाषाही ढवळून काढणार यात शंका नाही.*

विश्वातले जीवशास्त्र आणि समाजशास्त्र यांना विसकळीत करतो. म्हणून दुष्काळ परवडत नाही.

सध्या अनेक ठिकाणी दुष्काळाने आपले पाय पसरलेले आहेत. म्हणूनच लोक गावांमधून पाय काढून घेत आहेत. 'जिथं पाणी, तिथं लोक' या स्थितीत समाजाचे अस्तित्व प्रखर होत आहे. भाषांच्या वा बोलींच्या रूप-स्वरूपात आणि त्यांच्या देवाणघेवाणीत अनेक कारणांनी सत्वर बदल होतात. या सर्व बदलांना दुष्काळ एक ठळक कारण ठरत आहे. दुष्काळस्थिती ही मूलतः नावडीचीच स्थिती असते. ती मानवी प्रवृत्तीत तसेच भाषांचे बदल घडवते. त्यामुळे ठळक होत जातात.

❑❑❑

# स्त्रियांचे भाषाभान अन् अभिव्यक्ती

**स्त्रियांची भाषा सभ्यतेच्या, संस्कृतीच्या, शिष्टाचाराच्या आणि शिकवण्याच्या जास्त जवळ आहे. भाषानिर्मिती, भाषेचा सभ्य आविष्कार आणि भाषेतील योगदान या सर्व दृष्टीने महिलांचे भाषेतील श्रेय पुरुषांच्या तुलनेत अधिक आहे.**

'लिंगभाव' हा शब्द भाषा पातळीवरही महत्त्वाचा ठरतो. शोध-संस्कार-शिक्षण-संवर्धनदृष्ट्या भाषेत स्त्री पुढे आहे. जन्मतः माणसाला भाषा येत नाही. आवाज वा ध्वनी मात्र आपण जन्मतः उदरातूनच घेऊन येतो. व्यक्ती संपर्क, नाना आवाज, भिन्न-भिन्न हालचाली, हावभाव, अंगविक्षेप, निसर्गातील मृद्-कठोर, लयदार, घाटदार, गोड, कर्कश, लांब आणि आखूड असे, एक नव्हे तर बहुधर्मीय-बहुश्रवणीय आवाज आपण ऐकतो; किंवा माणूस अशा ध्वन्योत्पन्न स्थळांकडे बघून-ऐकूनच 'भाषा' आत्मसात करतो. भाषालेखकांनी सिद्धान्त, दाखले देत-देत याबद्दल माहिती पुरवण्याचे काम केले, हेही आपण जाणतो.

पुरुषांपेक्षा स्त्री ही शब्द, स्वर, लय, नृत्य, गीत, सण, उत्सव आणि श्रम यांच्या अधिक जवळ आहे. लावणी ही सौंदर्यप्रधान शब्दावली पुरुषनिष्ठ नाही. लावणी ही खरे तर भाषा व संस्कृती यातील महत्त्वाचा अलंकार! शृंगाराची, सौंदर्याची, प्रीतिप्रेमाची बेहद अस्सल नजाकत या गीतनृत्याविष्कारात आढळते. रूपाची,

रूपकांची, अलंकाराची 'भाषा' लावणीने मराठी व्यक्तिसंस्कृतीला दिली. ही भाषा स्त्रीला डावलून प्रकट होणे पूर्णतः अशक्य ठरले असते. खास घाट असलेली, सौंदर्यरसाची भाषा लिंगभावदृष्ट्या लक्षणीय ठरावी.

दुसरा मुद्दा हा, की आज बऱ्यापैकी किंवा तत्त्वतः पूर्णपणे कालबाह्य झालेले कुटुंबातील 'धान्य दळण्याचे जाते'; ज्याला 'अन्नलक्ष्मी' म्हटले जाते. त्या जात्यावरची ओवी स्त्रीनिगडित आहे. इथे पुरुषाला स्थान नाही. श्रमवंत व श्रमपरिहाराचे, सूर व शब्दांचे विद्यापीठ म्हणजे हे 'जाते'. लयबद्ध भाषेचा पूर्णतः स्त्रीकेंद्रित असा आविष्कार भाषास्तरावरून समजून घेणे महत्त्वाचे आहे. लोकगीत संस्कृतीत जात्यावरच्या ओव्यांनी भावाविष्काराचा मोठा भाग व्यापलेला असून, त्याचीही ठळक दखल घेतली गेली आहे. कुटुंबरचना, भाषा आणि महिला या दृष्टीने जात्यावरील ओवींचा विचार 'भाषिक'दृष्ट्या फार यथार्थ झाल्याचे आढळत नाही. परंतु, यासंबंधीचे संकलन महाप्रचंड झाले. विद्यापीठांतही त्यावर खूप संशोधन करून हा भाषिक श्रेष्ठ विषय चावून बथ्थड केला जात आहे. पण २०० पानांचा एखादा उत्तम भाषाग्रंथ 'जातं-ओवी'वर सिद्ध झाल्याचे वाचनात नाही. गायनप्रधान आणि श्रमपूरक असा हा आविष्कार महिलांची भाषा म्हणून महत्त्वाचा ठरावा.

मुली चटकन भाषा शिकतात. मुलांपेक्षा त्या सरस आहेत, असेही एक निरीक्षण मांडले जाते; ते पुष्कळअंशी सत्य आहे. म्हणजे जन्मल्यानंतर वाढत्या दिसमासांनुसार मुली या आईच्या आणि स्त्रियांच्या अधिक जवळ, अधिक संपर्कात सतत राहतात. मुलांचे याउलट आहे. पंख विस्तारू लागले की मुले आईपासून दूर जातात. 'मुली-आई' हे सान्निध्य समीकरण भाषेच्या आत्मसातीकरणाच्या दृष्टीने बोलके असून, मुलांच्या तुलनेत मुली भाषेच्या जवळ अधिक राहतात; हे म्हणूनच जास्त खरे आहे. 'मातृसंस्था आणि भाषासंस्था' हा पीएच.डी. समान विविधस्पर्शी

> पुरुषांचे भाषेतील स्थान ठळक असले तरी मातृभाषा असे जे म्हटले जाते, तसे व तेवढे पितृभाषा किंवा 'तुझी पितृभाषा कोणती आहे,' असे म्हटले जात नाही. पहिले वळण, पहिला शब्द, पहिला आवाज, पहिली दृष्टी, पहिला भाव आणि पहिला स्पर्श जिवांना मिळतो तो मायेचा– आईचाच.

संशोधनाचा महत्त्वाचा आणि दुर्लक्षित विषय आहे. तथापि, हा कष्टप्रद आणि सर्वेक्षणाधारित पद्धतीचा मोठा विषय आहे. भाषेत काम करणारे तरुण नवचिंतक या विषयाकडे वळतील अशी आशा करू या.

'आई गं' आणि 'बाप रे' या पद्धतीची उद्‌गारनिष्ठ केवलप्रयोगी अव्यये सरळ-सरळ स्त्री-पुरुष यांच्यातील भेदरेघ सूचित करतात. इथे पहिला उच्चार महिलेचा, तर दुसरा उच्चार पुरुषाचा अधिक असतो. भाषेतील लवचीकता, न-कठोरता आणि तिच्यातील जास्तीची भावप्रधानता महिलांनी अधिक सांभाळलेली आहे. अपवाद हा, की ही भाषिक कोवळीकता संत ज्ञानेश्वर व साने गुरुजी यांच्या साहित्यसंपदेत खूप आहे. म्हणूनच 'माउली,' 'गुरुजी' या दोन महत्त्वाच्या जनउपाधींनी त्यांचा सन्मान केला आहे!

आरंभीचे ध्वनी अथवा चटकन भाषा शिकण्याची ओढ यात महिलांचा, मुलींचा वाटा पुरुषांपेक्षा अधिक आहे. शिकण्याची व चटकन आत्मसात करण्याची मोठी जिद्द लिंगभावदृष्ट्या मुलांपेक्षा मुलींमध्ये जास्त आहे आणि ते निसर्गतःही पुष्कळ खरे आहे. पुरुष शिव्या देतात, तशा स्त्रियाही शिव्या उपयोगात आणतात. पण शब्दोच्चारांची (अपशब्दांची) ठरावीक हद्द त्या ओलांडत नाहीत. कुठेही उच्चारता येणारे आणि शिवीरूप झालेले तिरस्कार, विरोध, रोष, संताप प्रकट करून पाहणारे शब्द सामान्यतः स्त्रिया उपयोगात आणतात. ज्या शब्दांनी भावना पोहोचते; पण तेढ वाढत नाही. पौरुषी शिव्यांत जी कठोरता, जो घणाघात असतो, तो स्त्रीभाषेत नाही. म्हणजेच काय, तर स्त्रियांची भाषा सभ्यतेच्या, संस्कृतीच्या, शिष्टाचाराच्या आणि शिकवण्याच्या जास्त जवळ आहे.

घर व शेत या दोन्ही प्रधान क्षेत्रांत पुरुषांपेक्षा महिला अधिक श्रम करतात आणि अधिक भाषेजवळ असतात. ग्रामीण वा कष्टकरी स्त्रियांबाबत ते जास्त खरे आहे. महिला आणि भाषा हे दोन्ही शब्द मूलतः लिंगभावदृष्ट्या स्त्रीलिंगी आहेत;

हा योगायोग असला, तर भाषानिर्मिती, भाषेचा सभ्य आविष्कार आणि भाषेतील योगदान या सर्व दृष्टीने महिलांचे भाषेतील श्रेय पुरुषांच्या तुलनेत अधिक झुकते आहेच! 'मातृ'भाषा अशा प्रधान शब्दांतूनही आई आणि भाषा यांची एकरूपता स्पष्ट होते. 'भाषा, कुटुंब, अपत्य आणि महिला' हे पूर्ण असलेले विधान संस्कार, शिक्षण, भाषा, अनुकरण, सराव याकरिताही जास्त उल्लेखनीय ठरते. पुरुषांचे भाषेतील स्थान ठळक असले तरी मातृभाषा असे जे म्हटले जाते, तसे व तेवढे पितृभाषा किंवा 'तुझी पितृभाषा कोणती आहे,' असे म्हटले जात नाही. पहिले वळण, पहिला शब्द, पहिला आवाज, पहिली दृष्टी, पहिला भाव आणि पहिला स्पर्श जिवांना मिळतो तो मायेचा– आईचाच. या आरंभीच्या सर्व शिक्षणांत पुरुषांपेक्षा स्त्री हीच जास्त जवळ आहे. म्हणूनच उच्चारांचे प्रायः भाषासंबंधीचे, कुटुंबातील प्रायः समाजसंस्थेतील भाषिक श्रेष्ठ श्रेय जेवढे महिलांचे आहे, तेवढे इतरांचे नाही. लिंगभावदृष्ट्या तिचे पारडे त्याच्यापेक्षा अधिक जड आहे आणि ते अमान्य करण्यासारखे स्वाभाविकच नाही.

❑❑❑

# विद्यापीठातील मराठी शिक्षण बहरू द्या!

**विद्यापीठ स्तरावरील मराठीचे विद्यार्थी कमी होत आहेत, ही वस्तुस्थिती आहे. हे चित्र बदलावयाचे असेल, तर ज्ञान, संधी, कौशल्य, विकास ही चतुःसूत्री प्रधान मानून मराठी शिक्षणाची सोय होण्याची गरज आहे.**

'मराठी' विषय स्वीकारून एम.ए.चे शिक्षण घेणाऱ्या विद्यार्थ्यांची संख्या पटांवरून रोडावत चालल्याची तक्रार अगदीच खोटी नाही. याची कारणे नवदृष्टीच्या अभावात आहेत. सरळ गुणवत्तेचा पुरस्कार न करता विशिष्ट निवडणुकांद्वारे अभ्यास मंडळे स्थापन होणे; मते वळवून सामान्य कुवतींची माणसे तिथे जाणे; आणि त्यांनीच अभ्यासक्रम ठरवणे, या गोष्टीही मराठीचे विद्यार्थी कमी होण्यास कारणीभूत आहेत. हे असे चित्र सर्वत्र नसले, तरी अभ्यासक्रमांच्या निश्चितीकरणावर आणि गुणवत्तेवर स्वाभाविकच या निवडणुकांचा परिणाम होतो. यापेक्षा अभ्यास मंडळांवर खरोखर नामवंत चिंतकच विद्यापीठाने घ्यावेत. तसेच बुद्धिमान निवृत्त प्राध्यापक आणि दोन ते चार ख्यातकीर्त लेखकही मराठीचा अभ्यासक्रम तयार करण्याच्या समितीत समाविष्ट करावेत. भाषा किंवा साहित्य या शाखा राजकारण करण्यासाठी नाहीत. अभ्यास मंडळ हे 'मित्र मंडळ' असू नये. सुमार साहित्य अभ्यासक्रमांत येऊ नये. कारण, या अराजकामुळे पिढ्या बरबाद होण्याचा धोका वाढतो.

चांगला अभ्यासक्रम म्हटल्यावर त्यात जवळचा-दूरचा असे होता कामा नये. नेमका अभ्यासक्रमांत घुसलेला हा शिळेपणा मराठीकडे मुलांचा ओढा

**फक्त पुस्तकी राहून ज्ञानाचे आत्मसातीकरण वाढवायचा हा काळ नाही. श्रेष्ठ साहित्यिकांची ऊठबस विद्यापीठांत वाढली पाहिजे. काळाचा झपाटा लक्षात घेता रटाळ अभ्यासक्रमाला फाटा दिला पाहिजे, तरच विद्यापीठांतील मराठी शिक्षण बहरू शकेल!**

कमी करण्यास ठळक कारण ठरत आहे. दुसरी महत्त्वाची गोष्ट म्हणजे, चाकोरी न मोडणारी अभ्यासपत्रिकांची रचना! राज्यात आणि बाहेर नोकरींच्या खूप संधी उपलब्ध असताना त्यात 'मराठी'च्या विद्यार्थ्यांना मात्र नोकरी मिळत नाही. कारण मराठीच्या अभ्यासक्रमाचा बनवलेला मृत ढाचा. यात शिक्षक तर उत्तम हवाच; पण ओढ लावणारा आणि बळ देणारा अभ्यासक्रमही हवाच ना!

तसेच, यासाठी भाषा सफाईदारपणे वापरण्याचे कौशल्य मराठीच्या विद्यार्थ्यांना आम्ही बहाल करत नाही. निवेदन ज्ञानाचा त्यांच्यात अभाव आढळतो. वक्तृत्वाकरिता लागणारा जबर विश्वास हवा; तोही मुलांमध्ये फार दिसत नाही. व्यथाप्रधान बाब अशी, की याबद्दल एम.ए. मराठी शिक्षणात कोणतीही सोय अभ्यास मंडळांनी केलेली नाही. एखाददुसरेच विद्यापीठ अपवाद आहे. बाकीच्यांनी परंपरेचे शेपूट सोडलेले दिसत नाही. उपयोजित मराठीसारखे नगण्य पेपर सुरू केले आहेत. त्यात मुलाखती, निवेदनकौशल्य, पत्रप्रपंच, पारिभाषिक शब्दज्ञान वगैरे गोष्टी समाविष्ट करून त्या शिकवल्या जातात, आणि परीक्षेतून मांडल्या जातात. परंतु मुलाखती, निवेदन, अनुवाद अथवा प्रसारमाध्यमांसाठी अपेक्षित असे साक्षात (प्रात्यक्षिक रूपांतून) ज्ञान कुठे दिले जाते? वाङ्मय प्रकारांचा अभ्यास, रूढ भाषाभ्यास, वाङ्मयेतिहास किंवा एखाद्या लेखकांचा अभ्यास अशा जुन्याच ढाच्यातून विद्यापीठीय 'एम.ए. (मराठी)' अजून पुरती बाहेर पडलेली दिसत नाही. थोडीफार विद्यापीठे नवदृष्टीचा आणि संधींचा समकाल पारखून अभ्यासक्रमात बदल करतात. पण हा यत्न तोकडाच आहे. याशिवाय, एम.ए. (मराठी)त एकापेक्षा जास्त भाषाज्ञान साध्य करण्याची संधी विद्यार्थ्यांना खुली ठेवली पाहिजे. अनुवादविषयक अभ्यासक्रम अनिवार्य करून त्याबद्दलचे प्रत्यक्ष काम विद्यार्थ्यांकरवी केले पाहिजे. डॉ. गणेश देवी, उमा कुलकर्णी, विष्णू खरे, डॉ. भालचंद्र नेमाडे अशी महत्त्वाची राष्ट्रीय लेखक मंडळी विद्यापीठांत अधिक वेळ बोलावीत, अशी संधी विद्यापीठांनी घ्यायलाच हवी. फक्त पुस्तकी राहून ज्ञानाचे आत्मसातीकरण वाढवायचा हा काळ

नाही. श्रेष्ठ साहित्यिकांची ऊठबस विद्यापीठांत वाढली पाहिजे. काळाचा झपाटा लक्षात घेता रटाळ अभ्यासक्रमाला फाटा दिला पाहिजे, तरच विद्यापीठांतील मराठी शिक्षण बहरू शकेल!

या संदर्भात काही लक्षणीय घटक यानिमित्त सुचवता येतील; ज्यामुळे विद्यापीठीय स्नातक मराठी अभ्यासक्रमांची स्थिती उद्‌बोधक आणि संधिपूरक होईल. उदाहरणार्थ,

- बोलींचा अभ्यासक्रम आणि त्यात सक्तीचे सर्वेक्षण करणे
- साहित्य अकादमीची मदत घेऊन भारतीय साहित्यविषयक कार्यात मराठीच्या विद्यार्थ्यांना उतरवून कार्य करून घेणे
- आकाशवाणी आणि एम.ए. मराठी विद्यार्थी यांच्यात साक्षात कार्य करण्याची व्यवस्था निर्माण करून देणे; याप्रमाणेच महत्त्वाची वर्तमानपत्रे, दूरदर्शन आणि विद्यापीठीय एम.ए. मराठी शिक्षण यांच्यात अभ्यासक्रमपूरक सौहार्द वाढवणे
- भाषणांचे, निवेदनांचे आवाज विकसित करणे
- गाणी आणि चित्रपट, कथा आणि चित्रपट, कादंबरी आणि चित्रपट, कविता आणि संगीत यांचा विचार हा प्रत्यक्ष एम.ए. मराठी विषयाचा अभ्यासघटक बनवणे
- नोकऱ्या आणि नवसंधी यांचा विचार करूनच अभ्यासक्रम बनवून त्यासंबंधीचे प्रत्यक्ष शिक्षण तज्ज्ञांमार्फत देण्याची सोय करणे

वर्गात कवितासंग्रह-कथा-कादंबऱ्या शिकवून एखादेवेळी लेखक घडवायला साहाय्य होईल; पण त्यातून विश्वास व भाकरप्राप्तीची हमी मिळायची शक्यता फार

दिसत नाही. म्हणून, भाषाशिक्षण हे हवेच, साहित्यपरंपरा ठाऊक असाव्यातच, वाङ्मयप्रकार ज्ञात असू द्या. लेखकांचा अभ्यास करण्यास हरकत नाहीच; पण एवढे म्हणजेच एम.ए. मराठी, असे म्हणायची गोष्ट उपयोगाची नाही. जागतिकीकरणाने तर प्रादेशिक अभ्यासाला फेकून दिले आहे. खिशातल्या मोबाईल नावाच्या वस्तूने विद्यापीठांशिवाय जागतिक ताकद या नवपिढीला बहाल केली आहे. ज्ञानाची सगळी दारे सगळ्यांना आता सताड उघडी झाली आहेत. नोकऱ्या ऑनलाइन पदरामध्ये पडत आहेत. आंतरविद्याशाखांचा पुरस्कार करत एकावेळी अनेक भाषाशिक्षणाची सोय उपलब्ध होत आहे. याचा विचार आज एम.ए. मराठीसाठी विद्यापीठांना करावा लागेल! एम.ए., एम.फिल. (मराठी) असणारा नागराज मंजुळे हा तरुण जगण्यातला अनुभव, आयुष्यातील संघर्ष आणि परिवर्तनाचा विचार घेऊन चित्रपटांत क्रांतिकारक पाऊल ठेवत आहे. आयुष्यालाच विद्यापीठ समजणाऱ्या कविहृदयाच्या नागराजने 'चित्रपट' माध्यम निवडून लोकपरिवर्तनच हाती घेतले! विद्यार्थ्यांना स्पष्ट बोलण्याची व ते मांडण्याची अशी संधी आमच्या शिक्षणात किती आहे? तशी सुरुवात मात्र आता झाली आहे.

'प्रतिष्ठासंपन्न करिअर' बनवण्यासाठी ठरावीक पेपर्समध्ये जखडलेले शिक्षण थांबवले जावे. ज्ञान, संधी, कौशल्य, विकास ही चतुःसूत्री प्रधान मानून विद्यापीठीय मराठी शिक्षणाची सोय व्हावी, मराठीचा ढाचा मोडावा, आणि आत्मविश्वास वर्धित करणारे, आनंददायक मराठीचे शिक्षण बनावे!

❑❑❑

# पाठ्यपुस्तकांत हवी मुलांच्या ‘स्व’ला जागा

**संस्कारांची रुजवण, ज्ञानाचा समावेश, कौशल्यांचा विकास, मूल्यांची पेरणी आणि नागरिक म्हणून घडवण्याचे तत्त्व या बाबी पाठ्यपुस्तकात असायला हव्यात. सर्वात महत्त्वाचे म्हणजे पाठ्यक्रमांमधून भविष्याची हमी विद्यार्थ्यांना मिळायला हवी.**

मराठी शिकवणारे शिक्षक, त्यांचे बालपण आणि तेव्हाची त्यांच्या हातांतील पाठ्यपुस्तके आणि आजचे विद्यार्थी यांच्यात काळ, समज, वर्तमान या पातळीवर आज सांगड घालू नये; असेच म्हणायला हवे. जिथे प्रत्येकाला संगणक ठाऊक आहे, आणि प्रत्येकाला मुठीतला मोबाईल वापरणे कळते, अशी मुले वास्तविक पाहता विश्वप्रज्ञेशीच जोडून आहेत. हे समजून घेऊनच मराठीची पाठ्यपुस्तके तयार होणे हितकारी ठरू शकते. उलट, या सद्यकालीन बदलांना नीट पचवून आमच्या एकंदर पाठ्यपुस्तकांचा भाग होऊ शकेल, अशा प्रकारच्या ‘मराठीसमृद्ध’ भाषेच्या आज्ञावली (सॉफ्टवेअर) तयार करण्याचे काम हे पाठ्यपुस्तक मंडळांनी, अभ्यास मंडळांनी जोमाने हाती घेण्याची आवश्यकता आहे. म्हणजे काय? तर, काळ आणि वारा हे कसे धावतात वा कसे वाहतात; ही दिशा पाठ्यपुस्तकनिर्मिती करताना समजून घ्यावीच लागेल. आज मुले थेट जी साधने किंवा जे-जे ज्ञानमार्ग वापरतात, त्या सर्व ज्ञानामार्गांशी अनुकूल अशी पाठ्यपुस्तके जन्मली पाहिजेत. यातून शिक्षणसंगती नीट सांभाळली जाण्याची आणि विद्यार्थी-आनंदही जपला जाण्याची शक्यता आहे.

कारण 'आनंदी' शिक्षणाची संस्कृती रुजण्याची फार आवश्यकता आहे.

मी जे शिकतो ते 'माझे' व 'माझ्यासाठी' आहे, ही जाणीव आजच्या पाठ्यपुस्तकातून उगवलीच पाहिजे. ही जाणीव फारच श्रेयस्कर ठरू पाहणारी आहे. शालेय पातळीवर पाठ्यपुस्तकांची रचना करताना एक प्रयोग झाला; जो अत्यंत वाखाणण्याजोगा व स्पृहणीय म्हटला पाहिजे. 'मुलांच्या कवितांचा पाठ्यपुस्तकांत अंतर्भाव' हा तो प्रयोग आहे. या प्रयोगात मुलांच्या 'स्व'ला जागा मिळाली आहे. त्यांच्या गुणांचाही यथार्थ गौरव झाला आहे. महत्त्वाचे म्हणजे, त्यांच्या सर्जक प्रतिभाधर्माला स्थान मिळालेले आहे. अशा पाठ्यपुस्तकांचे चाक खरे तर अभ्यासक्रमांत सतत फिरते राहिले पाहिजे.

ज्ञानी लोक पुस्तकनिर्मितीत राहावेत, हे तर खरेच. शिवाय, पाठ्यपुस्तकांतून संस्कारांची रुजवण, ज्ञानाचा समावेश, कौशल्यांचा विकास, नीतिमत्तेचे धडे, मूल्यांची पेरणी आणि नागरिक म्हणून घडवण्याचे तत्त्व, या सर्व प्रकाशाच्या बाजू असायला हव्यात; निदान पाठ्यपुस्तक मंडळ त्याकडे सतत लक्षही देत आलेले आहे. पण, विद्यार्थ्यांचे 'मन वाचणारे पाठ्यपुस्तक' असले तर खूप मजा येईल, आणि शिक्षणातील सार्थकता आणि यथार्थताही अधिक दृढ व्हायला नक्कीच मदत होईल!

कधी-कधी वर्तमानपत्रांत काही शाळांच्या यशोगाथा छापून आलेल्या वाचायला मिळतात. एखादा जिगरबाज, अफलातून कल्पना लढवणारा शिक्षक एकट्याच्या कल्पक ताकदीवर सगळे गाव, सगळी शाळा बदलून टाकतो. संगणकदृष्टी वापरून वा महाजालाची (इंटरनेट) व्यवस्था स्वीकारून शाळेत कायापालट घडवून आणतो, अशा गोष्टींचे स्वागत हिरिरीने होते. पण या कार्यपद्धतीची रुजवात सर्वदूर होताना दिसत नाही. ती व्हायला काहीएक हरकत नाही.

वस्तुतः भाषा सल्लागार समितीने महाराष्ट्र सरकारकडे सुपुर्द केलेल्या २०१४च्या लक्षणीय मसुद्यामध्ये 'नवतंत्रज्ञान आणि मराठीचा वापर' (पृष्ठ ४५) यासंबंधी जो ऊहापोह केला आहे, त्यात संगणकीय अत्याधुनिक शिक्षणाचा मराठीच्या उत्कर्षासाठी उपयोग अनिवार्य स्वरूपात असायला हवा, असे सुचवले असून, ते योग्य व फायदेशीर आहे. केवळ 'अप्रगत आहोत' असे म्हणत बसण्याचे दिवस आज नाहीत. किंवा ग्रामीण-शहरी अशी 'फरकवादी' मीमांसा करण्याचाही हा काळ नाही. सरकार सगळ्यांना समान मदत करण्यासाठी बसलेले आहे. नियम व गरजा धरून त्याचा सतत पाठपुरावा होत राहिला पाहिजे. भांडणसवयीला मुरड घालून आणि सुसंवादी सहकार्य भावनांना स्वीकारून विकासाची पावले पुढे टाकता

**आज मुले थेट जी साधने किंवा जे-जे ज्ञानमार्ग वापरतात, त्या सर्व ज्ञानामार्गांशी अनुकूल अशी पाठ्यपुस्तके जन्मली पाहिजेत. यातून शिक्षणसंगती नीट सांभाळली जाण्याची आणि विद्यार्थी-आनंदही जपला जाण्याची शक्यता आहे. कारण 'आनंदी' शिक्षणाची संस्कृती रुजण्याची फार आवश्यकता आहे.**

येतील असा हा काळ नक्कीच आहे.

शिक्षक आणि विद्यार्थी यांच्यात सुप्तावस्थेत असलेली सर्जक प्रतिभा व सशक्त कौशल्यनिपुणता ओळखून नामदेव माळी या शिक्षण अधिकाऱ्याने मिरज-सांगली परिसरातील जिल्हा परिषदांच्या शाळांत क्रांतिकारक बदल घडवले. हे काम प्रत्यक्ष जाऊन पाहिले आणि मी थक्क झालो. त्यांनी मुलामुलींच्या काव्यांची, चित्रांची अप्रतिम पुस्तके छापली. विद्यार्थ्यांना अनुभवकथने लिहायला प्रवृत्त करून त्यांची सुंदर, प्रेरक पुस्तके प्रकाशित केली. हेच काम शिक्षकांतही या अधिकाऱ्याने रुजवले. शिक्षकांच्या 'अनुभवकथा' त्यांनी बहारदार छापल्या. साधना प्रकाशन आणि दक्षिण साहित्य सभा, कोल्हापूर यांनी ही ग्रंथमाला छापली. (ही पुस्तके शिक्षकांनी मिळवून अवश्य वाचावीत; इतकी गुणश्रेष्ठ आहेत.)

मराठी पाठ्यपुस्तकांत या श्रेणीच्या मुलांच्या 'स्व'ला जागाही अधिकाधिक मिळत जायला हवी. हीच खरी सर्जक कार्याची सुरुवात आहे. चैतन्यदायी शिक्षणाचा हा खरा आरंभ म्हणायला हवा. भूतकाळाची कदर शिक्षणात मापापुरती करायला हरकत नाही, पण भूतकाळाचेच ठसे शिक्षण-पाठ्यक्रमांत फार असू नयेत. लक्षावधी मुलांची जीवन-पायपीट कमालीच्या दारिद्र्यातून झाल्याचे इतिहास व वर्तमान असते. ते पाठ्यपुस्तकांतून गिरवले जाऊ नये. याउलट, पाठ्यपुस्तक वाचनाची रुची वाढली पाहिजे. आनंदी जीवनाचे एक तरी उत्तर त्यांना या पाठ्यपुस्तकांतून मिळायला हवे. ज्ञान, विज्ञान, तंत्रज्ञान स्वीकारत त्यांना जग समजावून देता आले पाहिजे. सर्वात महत्त्वाचे म्हणजे, भविष्याची काहीएक हमी शिक्षणाच्या पाठ्यक्रमांमधून त्यांना प्राप्त झाली पाहिजे. यातच 'स्व'ला जागा देणाऱ्या पाठ्यपुस्तकांची फलश्रुती आहे. सुख आणि दिशा घेऊन येणाऱ्या शिक्षणाची तहान अजून तरी पूर्ण झालेली नाही. या पथांवरून पाठ्यपुस्तके चालली पाहिजेत!

❑❑❑

# मराठीचे लक्ष बहुभाषांकडे हवे...

**गेल्या तीन दशकांतील मराठी म्हणून लिहिले गेलेले सर्जनशील साहित्य व त्यापूर्वीची समृद्ध साहित्य परंपरा केवळ श्रेष्ठच नाही, तर ती जागतिक म्हणून तसूभरही कमी नाही. फक्त अनुवादातून बहुभाषांकडे जाण्याचा प्रवास धीमा आहे. तेव्हा, बहुभाषा अवगत करण्यासाठी सकारात्मक होण्याची गरज आहे.**

मराठीला ज्ञानपीठ सन्मान कमी आणि उशिरा का मिळाले, अशी एक रास्त मीमांसा केली जाते. याचे उत्तर मराठीचे 'मराठीपुरते' राहणे असेही आहे. मराठीत विलक्षण क्षमता असूनही आणि महानुभाव, वारकरी संस्कृतीचे मराठीला भव्य अधिष्ठान असूनही अनुवादांसारख्या क्षेत्रातूनही मराठी जागतिक झाली नाही, हे एक कारण कटू असले तरी खरे आहे. दाखला द्यायचा झाला तरी बाबूराव बागूल, रा. चिं. ढेरे, अशोक केळकर किंवा नामदेव ढसाळ, यशवंतराव चव्हाण, गो. नी. दांडेकर किंवा विजय तेंडूलकर, वि. द. घाटे, व्यंकटेश माडगूळकर असे वीसचाही आकडा ओलांडून सांगता येतील एवढे श्रेष्ठ लेखक मराठीत असूनही ज्ञानपीठापर्यंत पोहोचलेले नाहीत. इंग्लिशचे ज्ञान, अनुवादाचे काम आणि या आवश्यक बाबींमुळे मराठीची सशक्त साहित्यसंपदा असूनही, सर्वस्वी राष्ट्रीय असलेले मराठीचे लेखक राष्ट्रसन्मानी 'ज्ञानपीठी'य ठरले नाहीत. आता मराठीची नजर बहुभाषा अवगत करण्याकडे असावी. कला ज्ञानशाखा आंतरज्ञान शाखेशी आग्रहाने

जोडायला हवी. मराठीकडे येणारे तरुण संशोधक व विद्यार्थी यांना अनुवादाचे जाणीवबद्ध धडे द्यायला हवेत. मराठीत समृद्ध साहित्यकृतींची शिदोरी जगाच्या वाचनसंस्कृतीला महानदीसारखी कशी मिळेल, यावर लक्ष केंद्रित झाले पाहिजे. मातृभाषा जपण्याबरोबरच, या मातृभाषेतून सर्जनशील राहणे हे उन्नतीचे, भूषणाचे आहे. पण मराठीच्या तरुणांना इंग्लिशसह इतरही दोनपेक्षा अधिक भाषा अप्रतिम पद्धतीने अवगत असाव्यात. आपली विद्यापीठे या घटकांचा अधिकांशाने विचार करतील, अशी भावना आपण ठेवू या. याकरिता विद्यापीठांनी भाषेसारखा, विशेष मराठीसारखा विभाग 'नॅशनल बुक ट्रस्ट' अथवा साहित्य अकादमी यांच्याशी ज्ञान ऋणानुबंधाने जोडायला हरकत नाही. महाराष्ट्र सरकारच्या मराठी विभागाचे मोठे सहकार्य मिळाले तर मराठीच्या उन्नतीच्या वाट उजळावयाला फारसा उशीर लागणार नाही. अखिल भारतीय साहित्य महामंडळ, महाराष्ट्र राज्य साहित्य संस्कृती मंडळ किंवा वेचक प्रकाशन संस्थांचे सहकार्य मराठीला बहुभाषाकडे जाण्यासाठी व अनुवाद-प्रकाशन कार्यासाठी घेता येणे अनाठायी ठरणार नाही.

मराठीचे इतके समृद्ध साहित्य मात्र मराठीपुरते ठेवण्याचा हा जमाना नाही. इंग्लिशचे धडाधड लेखन रोज मराठीत येते. हाच प्रवास उलटा म्हणजे मराठीचे साहित्य इंग्लिशमध्ये नेण्यासाठी होत नाही, ही खंत ज्यांचे इंग्लिश वाङ्मयदृष्ट्या उत्तम आहे, अशा सर्व मराठी अभ्यासकांनी मनावर घेतली पाहिजे.

आपल्याकडे अमराठी संशोधक, लेखक, अनुवादक इंग्लिश चांगले असल्या कारणाने ते इंग्लिशमध्ये काम करतात आणि अव्वल अशी राष्ट्रीय ख्याती संपादन करतात. पण, अव्वल असे मराठी लेखक मराठीला ऋणानुबंधाची गाठ मारून बसल्यामुळे, राष्ट्रीय 'पोटेन्शियल' असूनही ते अनुवाद अडसरामुळे जागतिक झाले नाहीत, ही गोष्ट आता नीटपणे समजून घेतलीच पाहिजे. साहित्य अकादमी संस्था किंवा मराठीच्या काही बिनीच्या प्रकाशन संस्था अनुवादात लक्षणीय काम करतात. अशा कमी; पण समाधानाच्या जागा आहेत. यात बदल व्हावेत. विद्यापीठांचे विद्यार्थी एक मराठी घेऊन अधिकाधिक भाषांच्या शोधात व संशोधनात रममाण व्हावेत. विद्यार्थ्यांची श्रम करायची तयारी आहे. फक्त विद्यापीठांनी हिरवा कंदील दाखवला पाहिजे. मग मार्ग निघतील आणि मराठीची साहित्यसंपदा इंग्लिशमध्ये प्रायः जगात जाण्यास साहाय्य नक्की होईल. भले मग या गोष्टीकडे व्यवसाय म्हणूनही पाहायला हरकत नसावी. पण, मराठी ही राष्ट्रीय बिरुद घेऊन उभी राहणारी

भाषा झाली पाहिजे. आमच्या मराठीच्या उत्तमोत्तम साहित्यकृती विश्व ग्रंथागारात आपणच नेऊन बसवण्याची आवश्यकता आहे.

'माझी मराठी', 'माझा प्रांत', 'माझी बोली', 'माझे मराठी विश्व' हे जपायला कोणाचीच ना नाही. पण गेल्या तीन दशकांतील मराठी म्हणून लिहिले जाणारे सर्व वाङ्मय प्रकारातील सर्जनशील साहित्य आणि त्या पूर्वीची समृद्ध साहित्य परंपरा केवळ श्रेष्ठ नाही, तर ती जागतिक म्हणून तसूभरही कुठेच कमी नाही. फक्त बहुभाषांकडे अनुवादातून जाण्याचा आपला प्रवास मात्र धीमा आहे. हे धीमेपण आपण झटकून टाकायला हवे. अंदमानात झालेल्या चौथ्या विश्व मराठी साहित्य संमेलनात (२०१५) प्रा. डॉ. शेषराव मोरे यांनी त्यांच्या अध्यक्षीय भाषणात मराठीचे राष्ट्रीय न होणे आणि त्यामागील कारणांची मीमांसा केली असून, ती अर्थातच चिंतनीय, अनुकरणीय अशीच आहे. आपले अहर्निश ज्ञानोपासक असणे त्यांनी या संदर्भात अधोरेखित केले, जे अत्यंत रास्त आहे. 'मराठी भाषेसाठी 'ज्ञानपीठ' मिळण्यास उशीर का झाला व त्यांची संख्या कमी का आहे, याचे एक महत्त्वाचे कारण मराठी लेखकांची इंग्लिश भाषा कच्ची आहे हे होय,' हे त्यांचे मत जसे खरे आहे, तसेच या मताबद्दल मराठी प्रियतमांनी विचार करून कृती करावी, असेही आहे. मराठी म्हणून आपले पाय मातीचे ठेवणे हे जसे खरे; तद्वतच इंग्लिशसह इतर विविध भाषांमध्ये आपण ज्ञानसंपन्न होणे मुळीच अवघड नाही. भालचंद्र नेमाडे हे या संदर्भातील लक्षणीय उदाहरण समोर आहे. बहुभाषा अवगत करण्याच्या अनेक दिशा मराठी आता स्वीकारेल. त्यासाठी आपण सकारात्मक होऊ या, त्यानंतर विश्वाच्या वाटा मराठीला उजळावयाला वेळ लागणार नाही.

❑❑❑

# भाषा अभ्यासाची प्रभावशाली पावले...

**भाषेच्या प्रयोगशाळेद्वारे नव्या पद्धतीने व्याकरणचिंतन तर होऊ शकेलच, पण छंदोबद्ध प्राचीन काव्याचा, त्यातील माधुर्याचा, उच्चारांचा अभ्यास अधिक खोलातून करता येईल. भाषा प्रयोगशाळा ही बोली शिक्षणावरील व भाषाचिंतनावरील आनंदाची शिदोरी ठरू शकेल.**

आता गतिमान काळ समजून घ्यावा लागेल. शिवाय, सांप्रत स्थितीत उपलब्ध सोयींचे व साधनांचेही ज्ञानवाचक उपयुक्तता संशोधन आणि कृतीत उतरवणे जास्त हितावह आहे. वर्गात तुम्ही शिकवणे आणि विद्यार्थ्यांनी एकतर्फी केवळ 'ऐकणे' ही बाब आता कालबाह्य ठरणारी म्हणायला हवी. प्रयोगाच्या पातळीवर जाऊन भाषांचा, बोलींचा आणि बोलीतील उच्चारसौंदर्याचा अभ्यास एव्हाना आपल्याकडे सुरू झाला आहे. खरे तर, पुस्तकी शिक्षणाला विरोध करण्याचेही दिवस सुरू झाले आहेत. याउलट, वर्षभरात काही विद्यार्थ्यांचे संघ स्थापित करून, विद्यापीठ वा महाविद्यालयांभोवतालची वसाहत निवडून अथवा ग्रामसंस्कृती पूर्णतः सांभाळून असलेली गावे निवडून, बोलींचा, भाषिक लहेजांचा चांगला अभ्यास शक्य आहे; जो पुस्तकी ढाच्यापेक्षा नूतन व जिवंतसुद्धा ठरणारा अभ्यास आहे. याशिवाय श्रवण व उच्चार यांतूनही भाषा-बोलींचा सतत नवा अभ्यास करता येणे, या काळात अवघड नाही. भाषेची प्रयोगशाळा उभी करून त्याद्वारे व्याकरणचिंतन नव्या पद्धतीने होऊ शकते. छंदोबद्ध प्राचीन काव्याचा, गेयतेचा, त्यातील माधुर्याचा, उच्चारांचा

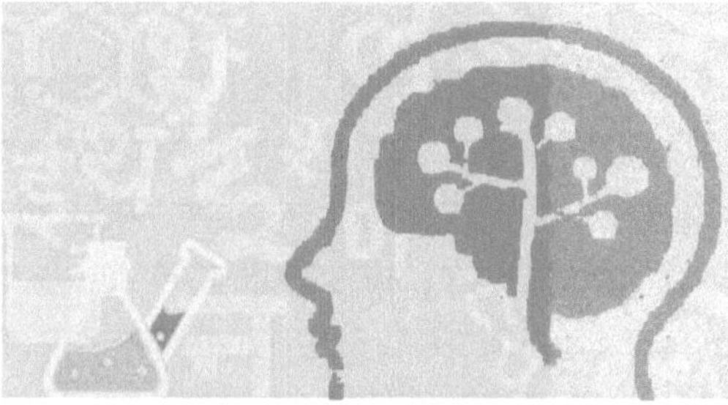

अभ्यास भाषेच्या प्रयोगशाळेतूनच अधिक खोलातून व आनंदाने करता येईल.

आज, गीतांचा अभ्यास, गीतिकाव्यांचा अभ्यास, किशोरांची बोली, प्रौढांची भाषा आणि तरुणांचीही एक भाषा कानी पडत असते. अशा भाषा किंवा केवळ श्रम व शेती निवडून या क्षेत्रांतील भाषा जशीच्या तशी जतन करण्याच्या कामी भाषेची प्रयोगशाळा खूपच प्रभावी चिंतनशाखा ठरू शकेल. खरे तर आपल्याकडे मराठीसारख्या विषयात विद्यापीठाच्या दोनपेक्षा जास्त पदव्या मिळवणारे विद्यार्थी दर वर्षी हजारोंच्या संख्येने बाहेर पडतात. पण, लेखन व उच्चार पातळीवर काळजी वाटावी अशा चुका या विद्यार्थ्यांकडून होतात. 'ग्रेस'सारख्या कवींच्या कवितेचे वाचन आणि नारायण सुर्वे यांच्या वेगळ्या कवितेचे वाचन या दोन्ही वाचनांमध्ये आंतरिक व बाह्यदृष्ट्या कमालीचा फरक असतो. तो पुष्कळांना कळत नाही. याचे कारण उच्चार-श्रवणातील दोषस्थळे हेच आहे. भाषांची प्रयोगशाळा त्यासंबंधीचा सशक्त उपाय ठरू शकतो. असे शिक्षणाचे बोथटीकरण जास्तच चिंता वाढवू पाहते, ही वस्तुस्थिती आहे. आपल्या मराठी स्वरमाला-वर्णमाला यात असणारे वर्ण उदाहरणार्थ, ऋ, लृ, ङ, न, ण, ष, श, ज्ञ आणि क्ष यांचे उच्चार सररास चुकीचे, गमतीशीर केले जातात. ब-भ किंवा त-थ या सर्व वर्णोच्चारांमध्ये आपण लीलया चुका करत असतो, आणि याच वळणाने चुकीचे शिकत पिढ्या बाहेर पडतात.

---

**ध्वनी, उच्चार, व्याकरण, गेयता वा रोखठोकपणा, शब्द, वाक्य, शैली यांची विशिष्ट फेक, मुलायमता वा कठोरता, आरोह-अवरोह आणि त्यातून साधणारा एकसंध प्रभाव विद्यार्थ्यांना शिकायला मिळताना दिसत नाही. भाषा प्रयोगशाळा हे त्यावरील नक्कीच उत्तर आहे.**

कारण वाचन, उच्चार यांकडे न दिलेले लक्ष. 'इ-ई'मधील फरक न दाखवण्याचाच जणू चंग बांधला जातो. भाषा प्रयोगशाळा त्यावरील उत्तम औषध आहे. उच्चार शिकणे, ते जतन करणे, ते पुन:पुन्हा ऐकणे व त्यांचा सराव करणे हे सारे भाषानामक प्रयोगशाळेतून आत्मसात करता येईल. किंवा या प्रयोगशाळेमार्फत खूप प्रयोग करून एखाद्या विद्यापीठास भाषेच्या प्रयोगशाळेतून जागतिक ओळख संपादन करता येते. उदाहरणार्थ, सातपुडा पर्वतरांगांजवळील लोकवस्तीतील बोली, कोकणी प्रांतातील सागरतीरी राहणाऱ्या लोकांची बोली किंवा खास मराठवाडी, बीड, लातूर, नांदेड, औंढा भूप्रदेशातील विविध समाज बोली किंवा जळगावशेजारची अहिराणी तावडी बोली, विठ्ठल वाघांसारख्या कवीने वापरलेली वऱ्हाडी बोली अशा अगणित बोलींचा वाङ्मयीन, भाषिक, सांस्कृतिक व सामाजिक संदर्भात जो अनुभवरूप अभ्यास प्रयोगशाळांतून होईल, तेवढा पुस्तके उत्पन्न करून होणार नाही. जतन दोन्हींमार्फत होईल; पण जिवंत अनुभव व प्रत्यक्षात भाषेसोबत ज्ञानसमृद्ध 'खेळणं' हे प्रयोगशाळेतूनच शक्य आहे.

ध्वनी, उच्चार, व्याकरण, गेयता वा रोखठोकपणा, शब्द, वाक्य, ओळी यांची विशिष्ट फेक, मुलायमता वा कठोरता, आरोह-अवरोह आणि त्यातून साधणारा एकसंध प्रभाव विद्यार्थ्यांना शिकायला मिळताना दिसत नाही. भाषा प्रयोगशाळा हे त्यावरील नक्कीच उत्तर आहे. ध्वनी या अत्यंत महत्त्वाच्या, पण अवाढव्य विषयाचा अभ्यास मराठी शिकणाऱ्या मुलांचा होतोच कुठे? उलट, संगीत विषयात मात्र होतो. ध्वनिशास्त्र हे प्रयोगाशिवाय सुव्यवस्थित अवगत करणे अशक्य. महाराष्ट्रातील विद्यापीठे भाषा विभागांचा या संदर्भात सकारात्मक विचार करू शकतात. एकूण महाविद्यालयांना मात्र ही खर्चीक बाब झेपणे जरा अशक्य वाटते. तथापि, नांदेडच्या स्वामी रामानंद तीर्थ मराठवाडा विद्यापीठात परदेशस्थित 'अनुभव ट्रस्ट' (डॉ. मोहन कुलकर्णी) यांच्या निधीतून भारतातील सर्वश्रेष्ठ भाषा प्रयोगशाळा सुरू होऊ घातली आहे. लवकरच ही प्रयोगशाळा उभी राहील. या प्रयोगशाळेचा उपयोग मराठवाडा, तसेच संपूर्ण राज्यालाही निर्धारित केलेल्या अटींच्या पूर्ततेसह करून घेता येईल.

'लॅब' हा शब्द मराठी विषयासाठी आश्चर्याचा वाटतो. कारण 'घोका आणि ओका' या सवयी आपण प्रधान मानल्या आणि भाषेतले ध्वनिसौंदर्य परित्यक्त ठेवले. उच्चारशास्त्र बाजूला काढून ठेवत भाषा शिकली जाते. छंद, वृत्त, अलंकार, मात्रा, गणवृत्ते यांनाही भातात दिसणाऱ्या खड्यांप्रमाणे उचलून आपण बाजूला

ठेवत आहोत. भाषा रुक्षतेजवळच आपण नेऊन ठेवत आहोत. म्हणूनच भाषा प्रयोगशाळा बोली शिक्षणावरील व भाषाचिंतनावरील आनंदाची प्रत्यक्ष शिदोरी ठरू शकते. आमची अवघी विद्यापीठे भाषाप्रेमी जरूर आहेत. ती बहुभाषा अध्ययनांच्या बाजूने काम करणारी आहेत. पण मराठीसाठी वा इतरही भाषांसाठी प्रयोगाचे सार ही विद्यापीठे समजून घेतील आणि भाषांच्या प्रयोगशाळांचा विचार सत्वर मनावर घेतील, अशी आशा आहे. ही तरुण पिढी सज्ज आहे. ती वाटेल तेवढे श्रम वेचायलाही तयार आहे. फक्त शास्त्र, कला म्हणून ध्वनींचा अभ्यास करण्यासाठी विद्यार्थ्यांच्या आतला 'आवाज' मात्र चटकन विद्यापीठांना ओळखता यायला हवा.

❑❑❑

# मायमराठीच्या रक्षणासाठी...

**मराठीच्या जतनासाठी जिभेवरच्या भाषेचे रक्षण करण्याबरोबरच मराठीचा आग्रह, तसेच आम व्यक्तीला समजेल अशा प्रकारे तिचा उपयोग करण्याची व्यवस्था तयार करणे अधिक महत्त्वाचे आहे. मायमराठीच्या रक्षणासाठी ती एक महत्त्वाची बाब आहे.**

मातृभाषा असलेल्या मराठीवरचे आक्रमण वाढत असल्याची चिंता हल्ली अधिक केली जात आहे. त्याला जशी सामाजिक कारणे आहेत, तशीच शैक्षणिकही कारणे आहेत. इंग्लिश भाषा वैरीण नसली, तरी पब्लिक स्कूलच्या नावाखाली या 'ज्ञानवाली' म्हणवल्या जाणाऱ्या भाषेची स्तुती करण्याची सवय आता गावांतही वाढू पाहते आहे; आणि इतकी मोकळी, प्रवाही, सहजसंवादी 'माझी मराठी' बोलण्यासंबंधी लाज वाढत चालली आहे; याचा अंतर्मुख होऊन विचार करायला हवा.

कोणतीच भाषा बरी-वाईट अशा वर्गवारीत कोंडता येत नसते. पण आपल्याला पहिल्याच जन्मखेपेत आई व तिच्या गणगोताने जो उच्चार प्रदान केलेला असतो, तो असतो मातृभाषेचा! या राज्याचा परीघ बघता तो असतो मराठीचा. या मायमराठीच्या रक्षणासाठी आणि तिच्या संवर्धनासाठी जागृत-जाणिवेने हे कार्य प्रत्येकाला करावे लागेल. कारण जिभेवर बसलेल्या मायबोली (मराठी)चे रक्षण ही सामाजिक घटना मानली पाहिजे. फक्त शाळा-विद्यापीठांच्या खांद्यांवर भाषेची बंदूक ठेवून लढणे, हे न्यायवादाचे ठरू शकत नसते, हेही लक्षात घ्यायला हवे.

२०१४मध्ये महाराष्ट्र राज्याच्या भाषा सल्लागार समितीने उद्याच्या अडीच दशकांचे 'मराठी भाषाविषयक धोरण' निश्चित केलेले आपणास माहीत आहे. या धोरणातील दृष्टी आणि त्यातील स्पष्ट केलेल्या भाषिक बाजू स्वाभाविकच लक्षणीय आणि महत्त्वाच्याच आहेत. कुणीही एकापेक्षा अधिक भाषांचे अवगतीकरण करणे हे उत्तमच; पण म्हणून मायमराठीकडे दुर्लक्ष करणे गैरच. महाराष्ट्र राज्याच्या या भाषा धोरणातील उद्दिष्टांमध्ये या संबंधी करण्यात आलेला ऊहापोह यथार्थ ठरावा. धोरणातील काही उद्दिष्टांचा उल्लेख करायला हवा.

जनमानसातील मराठी भाषेविषयीचा न्यूनगंड दूर करणे, अ-मराठी भाषकांना मराठी भाषा शिकवण्याची यंत्रणा निर्माण करणे, नव्या तंत्रज्ञानाच्या साहाय्याने मराठी भाषेचा जगभर प्रसार करणे, राष्ट्रीयीकृत सर्व बँकांमधील व्यवहार मराठी भाषेत होतील हे कटाक्षाने पाहणे, महाराष्ट्रातील विविध बोलींचे सर्वेक्षण करणे, मराठी भाषा समृद्धीच्या दृष्टीने बोलींचे शब्दकोश तयार करणे, शाळा-विद्यापीठांच्या सर्व विद्याशाखांमध्ये मराठी हा विषय अनिवार्य करणे, सर्वसामान्यांना समजेल अशी प्रशासकीय व्यवहाराची मराठी भाषा विकसित करणे, अशी ३९ मराठी भाषाविषयक धोरणाची उद्दिष्टे नमूद केलेली आहेत. (पाहा : मराठी भाषाविषयक धोरणाचा मसुदा : पृष्ठ २६-२८).

या राज्यातील कोणत्याही माणसाला कळू शकणाऱ्या मराठी भाषेचा भाषाधोरणातील हा साधा साधार दृष्टिकोण लोकशाही तत्त्वाने प्रसारित व्हायला हवा. त्यातच मायमराठीच्या रक्षणाचे सत्त्व सामावलेले आहे. आज कोणताही माणूस बँकेत जातोच, पण बँकेचा चेहरा पाहता आणि तेथील भरून द्यावयाच्या अनेकरंगी पट्ट्या पाहता हा माणूस गोंधळतो. तो साक्षराचे साहाय्य मागतो. कारण बँकेची भाषा 'त्या माणसाची' भाषा नसते. अ-मराठी भाषांची ठेच या माणसाची तगमग वाढवते. हे थांबले पाहिजे. हे अवघे व्यवहार मराठीतच असायला हवेत. महाराष्ट्र राज्यासाठी ती संवादी सुचिन्हाची बाब आहे.

बोलींबद्दलही भाषा धोरणात दूरगामी मांडणी केलेली आहे. बोलीनिधनाची चिंता जगालाच ग्रासत आहे. कुठेतरी दूर, दुर्गम भागांत बोली बोलणारे मानवी गट भाषिकदृष्ट्या समाप्तीच्या बिंदूवर उभे आहेत. त्या संबंधाने सतत मंथन होते, चर्चा झडतात. याचा विचार मराठी बोलीभाषा रक्षणास्तव गंभीर स्वरूपात व्हायला हवा. त्यासाठी, बोली सर्वेक्षणाचा आणि बोली-शब्दकोशाचा राज्याच्या भाषाधोरणातील विषय अत्यंत कळकळीचा वाटतो. सांप्रतच्या मुखवटाधिष्ठित माणसाच्या

**कोणतीच भाषा बरी-वाईट अशा वर्गवारीत कोंडता येत नसते. पण आपल्याला पहिल्याच जन्मखेपेत आई व तिच्या गणगोताने जो उच्चार प्रदान केलेला असतो, तो असतो मातृभाषेचा! या राज्याचा परीघ बघता तो असतो मराठीचा.**

(प्रतिष्ठामूलक) सामाजिक जगण्यात आपले भाषिक जगणे खोटे वाटू लागले आहे. 'मायेनं लेकराला खऱ्या मातृभाषेतून मारलेली हाक...' आपण अलगद बाजूला काढून ठेवली आणि कोरड्या भाषेच्या मागे धावत सुटलो. कशासाठी? आज शेकडो मराठी कथा-कादंबऱ्यांतून मराठी बोलींत सशक्त लेखन सुरू झाले आहे. त्यात पुन्हा प्रदेशवार भाषांची (बोली) रंगत, लज्जतही और आहे.

आमचे मराठी चित्रपटवाले गावबोलींचा व गावचित्रणाचा बाज घेऊन जगात चालले आहेत. अथवा समकालीन मराठी रंगभूमीलाही बोलींचा मोह दिवसेंदिवस प्रिय होत चाललेला आहे. लोकनाट्यांनी किंवा पथनाट्यांनीही बोलींचे, मराठी बोलीभाषेचे सर्व रंग सतत पेश केलेले आहेत. कारण मुळात लोकांच्या मराठी भाषेत बोलण्याचे हे सर्व सशक्त आविष्कार होत. लोकांची ही जीभ लोकांच्या सर्व व्यवहाराचा भाग व्हायला हवी; नव्हे, त्याच्या ज्ञानाचाही ती भाग बनावी. मराठीच्या जतनासाठी हेच महत्त्वाचे ठरते. जिभेवरच्या भाषेचा सांभाळ आणि तिचे रक्षण; यासोबतच मराठी भाषेचा आग्रह, तसेच या भाषेचा आम व्यक्तीला समजेल या पद्धतीने उपयोग करण्याची व्यवस्था तयार करणे अधिक महत्त्वाचे आहे. मायमराठीच्या रक्षणाची ती एक महत्त्वाची बाजू वाटते. कारण 'मातृभाषा ही सर्व मानसिक-बौद्धिक प्रक्रियांना व्यक्त करणारी प्रभावी यंत्रणा आहे,' असे 'मराठीचे शिक्षण' या ग्रंथात वसंत दावतर यांनी लिहून ठेवले, ते खरेच आहे. मानसिक, बौद्धिक सबलीकरण मायमराठीच्या स्वीकारातूनही साध्य करता येते, याची खातरी समाजात रुजवत न्यायला हवी. नेमकी त्याची आज निकड आहे.

❑❑❑

# मराठी : प्रचंड क्षमतेची भाषा

**मराठी ही विश्वक्षमतेची भाषा जरूर आहे. मराठी भाषाविषयक धोरणाची सुरुवातच मुळात 'मराठी ही देशातील जवळपास एक-दशांश लोकांची मातृभाषा आहे' या वाक्यापासून करण्यात आली आहे. यावरूनही 'मराठी'चा गौरव आणि अशा या मराठी भाषेचा प्रचंड क्षमता असणारा आवाका स्पष्ट स्वरूपात जाणवणारा आहे.**

'मराठी' महाराष्ट्रीय माणसाची आणि मराठी मनांची भाषा आहे. साक्षर व निरक्षर असा कुठलाही माणूस इथे मराठीतून आधी व्यक्त होतो. मातृभाषा म्हणून विविधता जपणाऱ्या महाराष्ट्रात मराठी मात्र मध्यभागी उरलेली भाषा आहे. आमच्या शाहिरांचे पहाड हादरवून सोडणारे नाद मराठीत आहेत. लोकसंस्कृतीची अमृतगोडी मराठीत आहे. संतांचा जागर मराठीतच आणि भारुडांचे रोकडे प्रबोधन हेही मराठीतच आहे. लोकसंगीताचे व लोकरंगभूमीचे प्रचंड आविष्कार हेही 'मराठीत'च आहेत. कीर्तन असू द्या की तमाशा असू द्या, या लोकसमूहाविष्कारांनी मराठीला आणि मराठी माणसाला सतत ज्ञानरंजनाचे अमृतच पाजल्याचे इतिहास सांगतो आणि वर्तमानही याच आवाजात समाजाशी बोलताना आढळतो. मनातले गुज मराठीतच आणि जनसंवाद हाही मराठीतच साधला जातो. म्हणून 'मराठी' जशी शाळा ते विद्यापीठांची 'शिक्षणाची भाषा' बनते, यापेक्षाही महाराष्ट्र मनांची ती जास्त जवळची

भाषा आहे, हे नाकबूल करता येत नाही. मराठी भाषा गौरवाच्या दृष्टीने हा धागा जास्त महत्त्वाचा गणला जावा.

साहित्य घ्या, समाज घ्या, अथवा कला, संगीत, नाट्य, चित्रपट, रंगभूमी, व्यवहार, बाजारपेठा, सणोत्सव अथवा भाषा दळणवळण या सर्वच क्षेत्रांत 'मराठी' म्हणून असलेले या भाषेचे स्थान निर्विवाद व्यापक व प्रभावी आहे. या वर्षभरातील मराठी चित्रपटांवर जरी नजर टाकली तर 'मराठी' चित्रपटांनी संपूर्ण देशातच हंगामा प्रस्थापित केला आहे. 'कोर्ट', 'सैराट', 'देऊळ', 'फॅण्ड्री', 'नटरंग', 'बालगंधर्व', 'ख्वाडा', 'प्रकाश बाबा आमटे' असे काही चित्रपट सहज आठवतील. ज्यांची प्रभावशीलता आणि गुणवत्ता संपूर्ण भारतभर मंजूर झाली आहे. प्रचंड क्षमता असलेल्या मराठीचे हे वैशिष्ट्य होय.

लोकसाहित्य आणि स्त्रिया, शेती आणि माणूस, बाजारपेठा आणि समाज, ग्रामसंस्कृती आणि समाज किंवा एकूण वर्तमान आणि मराठी भाषा : या संदर्भात मराठीचे प्रभावक्षेत्र फारच विशाल आहे, हा सहजच स्पष्ट होणारा मुद्दा आहे. आमचे शिक्षणाचे लढे किंवा एकूण चळवळींचा प्रवास किंवा साहित्यातील बोलीभाषांचा आढळ, याशिवाय आधी मी नमूद केल्यानुसार कीर्तनाची आमची परंपरा आणि तमाशांचे दणकट-प्रभावी आविष्कार या सर्व अभिव्यक्ती 'मराठी' भाषेला वगळून नाहीत, हे लक्षात घेतले पाहिजे. मराठीची क्षमता आणि तिचे मराठी माणसासोबत असणारे अक्षर ऋणानुबंध हेच वरील विविध उदाहरणांतून स्पष्ट होतात. साधी गोष्ट घ्या, खेड्यांतला माणूस ज्या ज्या जिवंत बोलीभाषेत व्यक्त होतो, त्या मराठीचा दिमाख आणि तिचा अत्यंत सुंदर डौल जगात कुठेच नसावा. मराठीची बोली किंवा महाराष्ट्र-बोलीभाषा म्हणून कोश वाङ्मयाचे प्रचंड काम मराठीत होईल. असे प्रयत्नही आता सुरू झाले आहेत. हा एक मराठी भाषेच्या क्षमतेचा पुरावा आहे.

२०१४मध्ये महाराष्ट्र राज्याचे 'मराठी भाषाविषयक धोरण' मसुदारूपात तयार आहे. या मसुद्यात महत्त्वाच्या अनेक मुद्द्यांचा ऊहापोह करण्यात आला. त्यातील काही मुद्दे येथे मुद्दाम नमूद करावे अशा स्वरूपाचे आहेत. उदाहरणार्थ :

१. सर्व शासकीय कामकाज मराठीत असावे. ज्यामुळे महाराष्ट्रीय माणसाचा शासकीय योजनांमध्ये सहभाग वाढेल.
२. उच्च शिक्षणातील अनेक अभ्यासक्रम मराठीत नसल्याने तरुणांना आकलनाच्या अडचणी निर्माण होतात. म्हणून असे अभ्यासक्रम 'मराठी'त असावेत.
३. महाराष्ट्र राज्यातील विविध शासकीय कामकाज पूर्णपणे 'मराठी'मधून

कीर्तन असू द्या की तमाशा असू द्या, या लोकसमूहाविष्कारांनी मराठीला आणि मराठी माणसाला सतत ज्ञानरंजनाचे अमृतच पाजल्याचे इतिहास सांगतो आणि वर्तमानही याच आवाजात समाजाशी बोलताना आढळतो. मनातले गुज मराठीतच आणि जनसंवाद हाही मराठीतच साधला जातो. म्हणून 'मराठी' जशी शाळा ते विद्यापीठांची 'शिक्षणाची भाषा' बनते, यापेक्षाही महाराष्ट्र मनांची ती जास्त जवळची भाषा आहे, हे नाकबूल करता येत नाही.

असावे. ज्यामुळे मराठीमय प्रोत्साहन वाढीस लागेल आणि मराठी भाषकांना रोजगाराच्या भरपूर संधी मिळतील.

४. 'मराठी' भाषा ही संपूर्ण जगात दहाव्या क्रमांकाची भाषा असून 'ज्ञानभाषा' होण्याच्या सर्व क्षमता तिच्यात आहेत. म्हणून व्यवहाराप्रमाणेच ती ज्ञानाचीसुद्धा भाषा व्हावी.

५. 'मराठी' ही जगात अशी एकमेव भाषा आहे, जी लवचीक आहे; जिच्यात विपुल सामासिक शब्द आहेत. जिच्यात विविधार्थी शब्द प्रचंड आहेत; लहान शब्दांनी समृद्ध असलेली ही भाषा आहे. अर्थच्छटा हे तिचे निराळे वैशिष्ट्य आहे.

या सर्व वैशिष्ट्यांमुळे जगभर मराठीचा वापर होऊ शकतो. म्हणजेच मराठी ही विश्वक्षमतेची भाषा जरूर आहे. मराठी भाषाविषयक धोरणाची सुरुवातच मुळात 'मराठी ही देशातील जवळपास एक-दशांश लोकांची मातृभाषा आहे' या वाक्यापासून करण्यात आली आहे. यावरूनही 'मराठी'चा गौरव आणि अशा या मराठी भाषेचा प्रचंड क्षमता असणारा आवाका स्पष्ट स्वरूपात जाणवणारा आहे. मराठी भाषा गौरव दिनानिमित्त या सर्व मराठीच्या क्षमता समजून सांगण्यासाठी महाराष्ट्रीय माणसांची भाषिक साखळी उभी झाली पाहिजे, एवढीच इच्छा.

❑❑❑

# हिशेब मराठीच्या आयुष्याचा...

**मराठीच्या अभिव्यक्तीची गरज न संपणारी आहे. मराठी किंवा अन्य भाषिक वाचावंत, भाषावंत जन्मभर असतोच. कायिक भाषेतून सर्व संवाद, सर्व व्यवहार पूर्ण होऊ शकत नाही, म्हणून बोलणारे आहेत, तोवर मराठी आहेच आणि बोलणारे मानवी जग कधीच नष्ट होत नसते.**

*'जगात आज मराठी भाषा दहाव्या क्रमांकावर असून, मराठी भाषाविषयक धोरणाच्या प्रभावी अंमलबजावणीमुळे मराठी भाषा जगातील अधिक प्रभावी व अधिक व्यापक भाषा बनेल. जगातील प्रथम प्राधान्याची भाषा बनण्याची क्षमताही मराठी भाषेत असून, त्या स्पर्धेसाठी पुढील काळात मराठी भाषा सक्षम ठरेल,'* असा सुस्पष्ट निष्कर्ष २०१४मध्ये तयार करण्यात आलेल्या महाराष्ट्र राज्याच्या भाषा सल्लागार समितीने काढला आहे. विचारवंतांना, तसेच भाषेच्या काही अभ्यासकांना मराठीच्या भविष्याची चिंता छळताना दिसते. मराठीपुढे फार आव्हाने असल्याचाही पाढा घोकला जातो आहे; पण सत्य वेगळेच असल्याने त्या केल्या जाणाऱ्या अनाठायी चिंतेला काही अर्थ नाही, हे नीट लक्षात घ्यायला हवे.

मुळात बीजगणितामधील आकडेमोडीने भाषेचा हिशेब करू नये. कारण कुठलाच समाज वाचाहीन नसतो आणि कुठल्याही भाषेचा विचार ज्ञानशाखांच्या परिघांमध्ये करता येत नसतो. आमच्या विद्यापीठांच्या बाहेर आणि महाविद्यालयांच्या बाहेरही भाषा नावाची संस्था अधिक जिवंत व अधिक प्रवाही स्वरूपात 'संवाद

मराठी भाषाविषयक धोरणाच्या म्हणण्यानुसार 'मराठी ही देशातील जवळपास एक-दशांश लोकांची मातृभाषा आहे.' असे असेल तर मराठीच्या आयुष्याचा हितवादी हिशेब इथेच झाला आहे. उगीच तिची चिंता कशासाठी? कोटी संख्येत असणारा आपला हा नागरिक किंवा साधा माणूस हिंदी-इंग्लिशमध्ये बोलतच नाही. तो खास 'मऱ्हाटी' भाषेतच बोलतो आणि हे कालानुकाल सुरू आहे; सुरू राहीलच. शिवाय, खास मराठीची लकब, तिचा विशेष लहेजा हा तर सामान्य माणसानेच सांभाळला! तेव्हा चिंतावीरांनी मराठीची चिंता करू नये...

आणि व्यवहार' म्हणून कालानुकाल उपयोगात असतेच की! भाषेचा इतिहास करणे किंवा तिचा एकूण तापमानदर्शक अभ्यास करणे हे योग्यच; पण म्हणून मराठीचे अस्तित्वच संपुष्टात येण्याचा गलका करण्यातही काहीच अर्थ नसतो. नवतंत्रज्ञानाची कारणे पुढे केली जातात. जागतिकीकरणाचे भय स्पष्ट करून सांगितले जाते. मराठी ज्ञानभाषा कशी नाही, यावर खलबते केली जातात. या एकूण म्हणण्यात तथ्य थोडे असले तरी यामुळे मराठीचा मरणपथ नमूद करणे सर्वस्वी चूक आहे. म्हणूनच नकाराचा हाकारा करून मराठीच्या आयुष्याचा हिशेब मांडता येत नाही; आणि तसा हिशेब कुणी मांडू नये. उलट दुःखद गोष्ट अशी, की मराठीचे काय होईल अशी चिंता मराठी भाषा बोलणारेच करत असतात!

दुसरा एक मुद्दा असा, की तीच ती उदाहरणे देत हेही म्हटले जाते, की अमकी भाषा बोली बोलणारी ही शेवटची व्यक्ती आहे आणि ती गेली की भाषा जाणार... अगदी दुर्गम भागात, दुर्गम अपरिचित बोलीबद्दल हे तथ्य खरे असेलही. पण आज शिक्षण, संधी व वर्तमान या तीन विषयांचा विचार करू जाता 'माझ्या आजोबांची वा माझ्या गावाची भाषा मी बुडू कसा देईन?' एखादे वेळी माळेतून मणी गळून पडावेत, त्याप्रमाणे व्यवहारांतून वस्तू, शब्द गळून जातील; पण भाषा-बोली सगळीच मरू कशी शकेल? तर, ती मरणार नाही. मराठी अजिबात मरणार नाही!

समाज हा व्यक्ती, देश, भाषा यांवर प्रेमच करत असतो. आपण हे मान्य करू, की भाषेबद्दलची आत्मीयता आटू शकत नसते. आपल्याकडे कायम दोन जग सतत असतात. एक जग शिक्षितांचे आणि दुसरे जग लेखन-वाचन अवगत

नसलेल्यांचे. यातील दुसरेही जग 'मराठी' म्हटल्या जाणाऱ्या जनतेचे जग आहेच की! मराठी भाषाविषयक धोरणाच्या म्हणण्यानुसार 'मराठी ही देशातील जवळपास एक-दशांश लोकांची मातृभाषा आहे.' असे असेल तर मराठीच्या आयुष्याचा हितवादी हिशेब इथेच झाला आहे. उगीच तिची चिंता कशासाठी? कोटी संख्येत असणारा आपला हा नागरिक किंवा साधा माणूस हिंदी-इंग्लिशमध्ये बोलतच नाही. तो खास 'मऱ्हाटी' भाषेतच बोलतो आणि हे कालानुकाल सुरू आहे; सुरू राहीलच. शिवाय, खास मराठीची लकब, तिचा विशेष लहेजा हा तर सामान्य माणसानेच सांभाळला! तेव्हा चिंतावीरांनी मराठीची चिंता करू नये... या अनुरोधाने ज्येष्ठ साहित्यिक व विचारवंत विजय तेंडुलकरांचे पुढील मत समजून घेण्यासारखे आहे. ते म्हणतात, 'भाषा आणि साहित्य याच्या मुळाशी माणसातली सर्वकालीन उत्सुकता आणि अभिव्यक्तीची गरज असेल तर भाषा आणि साहित्य या दोन्ही गोष्टी अमर आहेत.' (लेखकाचे मनोगत : *कन्यादान* : पृ.११) मराठीच्या अभिव्यक्तीची गरज कधीच न संपणारी आहे. मराठी काय किंवा कुणीही भाषिक वाचावंत, भाषावंत जन्मभर असतोच. कायिक भाषेतून सर्व संवाद, सर्व व्यवहार पूर्ण होऊ शकत नाही, म्हणून बोलणारे आहेत, तोवर मराठी आहेच; आणि बोलणारे मानवी जग कधीच नष्ट होत नसते. मराठीच्या अमरत्वाचा एवढा दाखला पुरेसा आहे. तेंडुलकरांनीच एका ठिकाणी भाषेचा व आत्मीयतेचा मुद्दा विशद केला आहे. तोही या संदर्भात विसरता न येणारा ठरावा. अभिव्यक्तीची निकड संपणारी नसते आणि आत्मीयतेचेही संपुष्टीकरण होणारे नसते. इतके समजून घेतले, तरी 'राजभाषा' म्हणून मनी असलेल्या मराठीच्या भविष्याची फार चिंता करून मराठी माणसाने चिंतातुर व्हावयाचे काहीएक कारण नाही. मराठीच्या आयुष्याचा हिशेब करणाऱ्यांना तो हिशेब जरूर करू द्या; मात्र मराठी बोलणारा माणूस हा मराठीतून संवादांची साखळी जोडत राहील. त्याचा मराठी दळणवळणाचा वा देवाणघेवाण करण्याचा मार्ग मात्र अमर आहे.

❑❑❑

# तरुणाई, भाषा आणि उद्या...

**गंमत आणि तात्पुरती गरज म्हणून तरुणाईने परस्परांसाठी घडवलेली नवभाषा भविष्यात काय रूप धारण करील हे आत्ताच ठरवता येणार नाही. एक मात्र खरे, की तरुणाईच्या या नवभाषेने नवे शब्द घडवले आहेत.**

कोणत्याही भाषेचे डबके झाले की तिच्याबद्दल भय जास्त वाटू शकते. महाराष्ट्रातील ग्रामीणांनी भाषा जेवढी लवचीक ठेवली, तेवढे काम महानगरीय जनतेला करता आलेले नाही, हे खरे. जिला आपण 'बोलीभाषा' म्हणू. त्या भाषेचे डबके होऊ न देण्याची काळजी ग्रामीण माणूसच सतत घेतो. 'शिवी आणि गाणं' यांच्याशी कोणताही माणूस जास्त निकट राहतो. फरक फक्त त्या संबंधीचा आविष्कार जपून आणि लपून होतो. मुळात एकांतात आणि बाथरूममध्ये अथवा बेडरूममध्ये गाणी म्हणणाऱ्या लोकांचा वावर पुष्कळ असलेला पाहायला मिळतो. राग आणि शिवी यांचे साहचर्य तर खूपच. त्यातही इथे दिसणारा भाषेचा प्रभाव, भाषेचा वापर प्रभावनिपुण, ठळक तसाच परिणामजन्य असा आहे. शिवी आणि संताप हे दोन्ही विषय भाषादृष्ट्या बहुआयामी आणि बहुभाषिक असेही आढळतात. विशेषतः 'गाढवा...' हा शब्द तर शाळेच्या प्रारंभी बऱ्याच जणांनी गुरुजींच्या मुखातून ऐकलेला असतो. म्हणजे काय, तर सहज, साध्या संतापपूरक अपशब्दांना एक समाजमान्यताच लाभत गेल्याचे दिसून येते.

या पार्श्वभूमीवर तरुणाईची भाषा सत्वर बदलती राहते. व्याकरण झुगारून

ती चालते. पुस्तकांची जी भाषा असते, तिचेही ओझे तरुणांची भाषा मान्य करत नाही. संकेतांनी ही मंतरलेली तरुणांची भाषा संक्षेपीकरणातून (शॉर्टकट) तर जास्त वाहताना दिसते. शिवाय, ती त्यांची त्यांना समजते. ज्येष्ठ पालकांना पुष्कळदा या 'युवाबोली'चा थांगपत्तासुद्धा लागत नाही. 'I love you' या प्रिय विधानामध्ये पहिल्या शब्दात एकाक्षर आहे, दुसऱ्या शब्दांत चार अक्षरे आहेत, आणि तिसरा शब्द तीन अक्षरांचा आहे. तरुणाईमध्ये ते विधान '१४३' अशा अंकांमधून वापरले जाते. म्हणजेच भाषेचे, तिच्यातील दळणवळणाचे सांख्यिकीकरण (डिजिटायझेशन) करून संक्षिप्त व संकेतजन्य अशा स्वरूपात भाषेचा वापर तरुणाई करते. हा बदल नमूद करताना भविष्यात भाषेचे काय-काय संभाव्य धोके उत्पन्न होऊ शकतात, याबद्दल अलीकडेच नागपूर विद्यापीठात डॉ. गणेश देवी यांचे व्याख्यान झाले. त्यात त्यांनी मोठे भय व्यक्त केले : 'नव्या पिढीची भविष्यातील भाषा दृश्य स्वरूपाची राहील. ती त्यांची गरज ठरेल. तरुणाई सध्या समोरासमोर चर्चा करत नाही. त्याऐवजी 'चॅटिंग' करून, 'एसएमएस'द्वारे ते एकमेकांशी संवाद ठेवतात.' अशा स्वरूपात डॉ. देवी यांनी सूतोवाच करून ९० टक्के भाषा अशा कारणांमुळे संपून जाण्याची भीती व्यक्त केली आहे. पण, तसे वाटत नाही. संवादांचे पर्याय उलट जास्त खुले होतील. नवी भाषा नवी पिढी घडवेल. मात्र, समाजव्यवहार भाषेला यामुळे जबर झळ बसेल.

डॉ. देवींचा हा मुद्दा व्यापकपणे समजून घ्या. संस्कृतीची समृद्धी भाषांना वगळून स्पष्ट करता येत नाही, हे खरे असले तरी आजोबांची भाषा नातू-पणतू सांभाळणेही शक्य नाही. मिश्रभाषिक, बहुभाषिक होणे ही गोष्टच मुळात अनिवार्य ठरणारी असून, भविष्याची ओळखच ही बहुभाषिक होण्याशिवाय अन्य काही पर्याय असणार नाही. इतकेच नव्हे, तर चित्रलिपीचा वापर मोठ्या प्रमाणात तरुणाई करते. 'शब्देवीण संवादु...' असा भाषा वापरण्यासंबधीचा नवा विचार तरुणाईने केव्हाच सुरू ठेवलेला आहे. या 'दृश्य' स्वरूपाच्या भाषेचे विवेचन डॉ. देवींनी फार नेमके केले. उद्याचा महाराष्ट्र तर बहुभाषिक अशा ओळखीनेच लक्षात राहील. कारण, पिढीपालट कुणीच नाकारू शकत नाही.

आता हेही लक्षात घ्या, की तरुणाईची भाषा ही अधिकाधिक संकेतबद्ध, अधिकाधिक देहबोलीतून, विशेषतः करपल्लव, नेत्रपल्लव अशा विशेष लकबीमधूनही प्रवाही, जिवंत, परिणामलक्ष्यी व चटकन निर्णयपर अशी दिसून येते. शिवाय, ही भाषा दीर्घ परिणामी अशी नसते. एखादे छोटेसे साध्य या भाषेमुळे पूर्ण

होते आणि या भाषेची तेवढ्यापुरती गरज संपते. 'गरज संपणे' हे तरुणाईच्या भाषेचे एक वैशिष्ट्य म्हणायला हवे, जे धोक्याचे आणि भाषेच्या सामाजिक उद्दिष्टांच्या दृष्टीने अहितकारक आहे.

आधी नोंदवल्याप्रमाणे तरुणाईची भाषा 'शून्य शब्द' अशाही धाटणीची असते. जसे, आवाजात चढउतार वापरून संकेत पोहोचवणे. विविध वस्तूंचे उपयोग; जसे, फूल, पेन, हातरुमाल, रंग, कागद, वाहनाचे चित्र, मनगटावरील कडे, घड्याळ, नाकाचे-गालाचे-डोळ्यांचे-बोटाचे चित्र किंवा अन्य चित्रांचा उपयोग करत चित्रलिपीचा दृश्य रूपांचा वापर करून तरुणाई भाषेची गरज पूर्ण करते. गणित नावाचा विषय सिम्बॉलिक म्हणून इथे वापरला जातो. जसे की, अंकमोड आणि त्यातील गमती. संगीत हा विषयही तरुणाईच्या भाषेत मौजूद असतो. गाण्यातून, शब्दांतून इप्सित गोष्ट सूचित केली जाते. होकार-नकार याकरिता तर किती चित्रांचा प्रभावी उपयोग नवतंत्रज्ञानांच्या वस्तू हाताशी धरून तरुणाई करताना आढळते. म्हणजे काय, की ज्या भाषेला आपण सामाजिक संस्था मानले, त्या भाषेच्या वापरावाचून तरुणाईचे काही अडत नाही आणि त्यांची भाषा समाजातील ज्येष्ठ जनलोकांना फार कळतही नाही. गंमत आणि प्रसंगोपात्त तात्पुरती गरज म्हणून तरुणाईने परस्परांत घडवलेली ही भाषा भविष्यात काय रूप धारण करील हे आताच ठरवता येणार नाही. एक मात्र खरे, की तरुणाईच्या या नवभाषेने नवे शब्द घडवलेले आहेत, हे मान्य करावे लागेल. नवी चित्रलिपी उद्या कोणत्या थराला जाईल हे आज सांगता येणार नाही. पण हे मान्य करता येऊ शकेल, की तरुणाईंच्या मेंदूतून बाहेर पडणाऱ्या ज्या विविध लाटा आहेत, त्या लाटांपैकी एक विशाल लाट भाषेच्या बदलाकरिता नवे काही नक्की करील. उद्यासाठी तरुणाईच्या या उज्ज्वल भाषेकडे आपण सकारात्मक दृष्टीने पाहू.

---

***संस्कृतीची समृद्धी भाषांना वगळून स्पष्ट करता येत नाही, हे खरे असले तरी आजोबांची भाषा नातू-पणतू सांभाळणेही शक्य नाही. मिश्रभाषिक, बहुभाषिक होणे ही गोष्टच मुळात अनिवार्य ठरणारी असून, भविष्याची ओळखच ही बहुभाषिक होण्याशिवाय अन्य काही पर्याय असणार नाही.***

❑❑❑

# लोकशिक्षणाच्या भाषेचे चिरंतन प्रवाहित्व

**वारकरी संस्कृती, कीर्तन परंपरा व भजनांचे आविष्कार या साऱ्यांतून लोकशिक्षणाचे प्रवाहित्व जपलेले आढळून येते. भाषिक आणि सांस्कृतिक अभिसरणाचा हा द्रष्टा दाखला मानायला हवा. लोकांची, लोकांनी, लोकांसाठी उपयोजिलेली म्हणून जी भाषा असते, तीच भाषा परिवर्तनाच्याही प्रवाहीपणाला अधिक सुकर ठरते.**

शिक्षणातील भाषा प्रमाण राहिलेली आहे. त्यामुळे अध्ययन आणि परीक्षा विनापुस्तकांच्या नसतात. तोंडी परीक्षा अशी एक प्रक्रिया आहे; पण तीही लिखित पूर्ततेनंतरची आणि संक्षिप्त असते. लोक आणि शिक्षण या संस्था पूरक असल्या तरी खूप अर्थांने त्या स्वतंत्रसुद्धा आहेत. काहीच न शिकलेले हजारो, लाखो लोक पोथ्यांचा अर्थ सांगतात. यामागे विद्यापीठसदृश 'शिक्षण' कुठे असते? गावोगावी श्रावणमासांत अथवा सणावारांमध्ये पोथ्या-पारायणे चालतात. त्यातील अर्थ, सारांश कष्टकरी माणसे सांगतात. श्रवणशक्ती आणि साक्षात जीवन'दर्शना'ची ताकद या माणसांच्या प्रज्ञेत, प्रतिभेत, स्मरणात, ज्ञानात असते. ही सारी माणसे लोकशिक्षणातून घडतात. अशा वारकरी आविष्कारशैलीसंदर्भात डॉ. भालचंद्र नेमाडे यांनी मांडलेले विचार मौलिक आहेत.

लोकशिक्षणाची भाषा सोपी तर असतेच; पण ती पुष्कळच प्रवाही, आवाहनात्मक व प्रिय भाषा असते. वारकरी संस्कृतीत अशा भाषेचा परिपोष खूपच

असतो. कीर्तनातल्या भाषेचा विचार या संदर्भात फार ठळक म्हणून नमूद करता येणारा आहे. किंवा रसविचार वेगळा पाहू जाता लोकनाट्यांतील कलावंतांचीही भाषा लोकशिक्षणाचे प्रभावी माध्यम म्हणून उदाहरणासाठी वापरता येईल. वर्गात शिकवलेले संतांचे अभंग जरा ताण देऊनच समजून घेताना विद्यार्थी दिसतात. याउलट, निरूपणार्थ कीर्तनातील अभंग मात्र श्रोत्यांना चटकन कळतो, असे का, त्याचे उत्तरच मुळात प्रवाही, सुगम, सहज कीर्तनी भाषाशैलीत मिळणारे आहे. लोकशिक्षणाशी निगडित असलेली प्रबोध आणि प्रवाही भाषा महत्त्वाची आहे. ज्ञान सरळ पोहोचत नाही अथवा 'आकळत' नाही. त्याउलट दाखले, गोष्ट, विनोद, दृष्टान्त, अनुभव आणि साक्षात जगण्यातले संदर्भ सांगत-सांगत कठीणही सहजसुंदर होऊन जाते. वारकरी संस्कृती, कीर्तन परंपरा व भजनांचे आविष्कार या साऱ्यांतून 'लोकशिक्षणा'चे प्रवाहित्व जपलेले आढळून येते. भाषिक आणि सांस्कृतिक अभिसरणाचा हा द्रष्टा दाखला मानायला हवा.

कितीही नाही म्हटले, तरी कीर्तन आणि लोकनाट्य या दोन्ही महाविस्तारी परंपरांनी ग्रामसंस्कृतीला प्रबोधित केलेले आहे, हे अमान्य करता येत नाही. ज्ञान आणि रंजन, शहाणपण आणि शिकवण हे सारे अर्जित करण्यासाठी सामान्य कष्टवंतांना 'संत' आणि 'तंत' या उभय परंपरांनी ज्ञानार्थ साहाय्य केलेले आहे. लोकशिक्षणात ग्रांथिकतेला फार जागा नसते. शब्द, संज्ञा फोडून समजावून सांगाव्या लागतात. लोकांच्या जिभांवर वसलेली आणि त्यांच्या कानांत बसलेली भाषा कीर्तनात, लोकनाट्यांत सर्वथैव वापरली जाते; जी ऐकणाऱ्यांना चटकन उमजते. म्हणून, हीच भाषा पुष्कळ प्रवाही आणि जबरदस्त लोकशिक्षणाचा अपरिहार्य भाग बनते.

परिवर्तनात्मक, पण परिणामकारक म्हणून सत्यशोधक जलशांचाही श्रेष्ठत्वाच्या स्तरावर उल्लेख करायला हवा. जागृती आणि विज्ञाननिष्ठा हे दुहेरी बळ जलशात सामावलेले आहे. मनाला-मेंदूला जिंकणारी प्रबुद्ध ऊर्जा जलशांतील रचनांत, आविष्कारात खूप जोरकसपणाने आढळून येते. संभाजी भगत या शाहिरांचा या संदर्भात दाखला बोलका ठरावा. लोकशिक्षणाच्या भाषेचे प्रवाहित्व त्यात फार जाणवते. कथासंग्रहातली कथा आणि आजीने सांगितलेली गोष्ट वंश म्हणून थोडीफार सारखी असू शकेल. परंतु गोष्टीचा संस्कार 'लोकशिक्षणा'त जास्त ठळक आणि अधिक अमिट म्हणता येणारा आहे. तथापि, वाङ्मयप्रकार म्हणून कथाही मोठी व महत्त्वाची आहेच. परिणामी, गोष्टींची 'भाषा' मात्र मोठीच. असो.

एक उदाहरण समजून घेऊ. संत गाडगेबाबांनी शिक्षण तुटलेल्या माणसांकरिता

ज्ञान सरळ पोहोचत नाही अथवा 'आकळत' नाही. त्याउलट दाखले, गोष्ट, विनोद, दृष्टान्त, अनुभव आणि साक्षात जगण्यातले संदर्भ सांगत-सांगत कठीणही सहजसुंदर होऊन जाते. वारकरी संस्कृती, कीर्तन परंपरा व भजनांचे आविष्कार या साऱ्यांतून 'लोकशिक्षणा'चे प्रवाहित्व जपलेले आढळून येते. भाषिक आणि सांस्कृतिक अभिसरणाचा हा द्रष्टा दाखला मानायला हवा.

कीर्तन माध्यम निवडले. मूलतः वऱ्हाडी बोली वा जनतेच्या जिभेवरची भाषा त्यांनी उपयोजिली; जी फार जिवंत, खूप परिणामवाचक व आवाहनात्मक अशी आहे. त्यांची ही भाषा लोकशिक्षणपोषक, साधी, पण नितांत प्रभावी, संवाद व प्रश्नोत्तरांनी डवरलेली, 'हो-नाही'च्या शब्दांनी बहरलेली 'न-पुस्तकी' आणि लक्षावधी जनतेला 'शहाणे करून सोडणारी ही भाषा' गाडगेबाबांनी वापरली. लोकशिक्षणाच्या प्रवाहित्वाचा चढता आलेख म्हणून ग्रंथांपेक्षा कितीतरी पुढचे त्या भाषेचे मोल ठरणारे आहे. परंपरेची बजबज, अंधश्रद्धेवर हल्ला, ज्ञानाचे महत्त्व, पर्यावरणाचा विचार आणि गोरगरिबांना नायकपद बहाल करणारी संत गाडगेबाबांची भाषा म्हणूनच समाज, संस्कृती, शिक्षण, भाषा, ज्ञान या पाचही क्षेत्रांत अनन्यसाधारण ठरते. प्रवाही लोकशिक्षणाचा प्रभावी परिणाम यापेक्षा अन्य दुसरा कुठला असायला हवा?

विद्यमान शिक्षणाची भाषा प्रमाण हे तर जगजाहीरच आहे. बोलीतून शिक्षण द्यायची व्यवस्था आपल्याकडे निर्माण झालेली नाही. (तसे झाल्यास जिल्हानिहाय पाठ्यपुस्तके तयार करावी लागतील.) ज्याप्रमाणे श्वास निरंतर घ्यावा लागतो, त्याप्रमाणेच लक्षावधी लोक स्वतःच्या पदरच्या भाषेत बोलतात. अशा भाषांचा परिणाम हा विशालच होणार. आणि हीच 'लोकभाषा' 'लोकशिक्षणा'त अधिक प्रभावी ठरली; आणि गणली गेलीसुद्धा. महानगरांतला एखादा ज्ञानवंत खेडूताला फार शिकवू लागला, तर उपहासी शैलीत 'फार शानपना शिकवू नगंस' असे म्हणून त्याची मानखंडना केली जाते, हे आपण पाहतो; यातली गंमत सोडून देऊ या.

तात्पर्य इतकेच, की लोकांची, लोकांनी, लोकांसाठी उपयोजिलेली जी म्हणून भाषा असते, तीच भाषा परिवर्तनाच्याही प्रवाहीपणाला अधिक सुकर ठरते. हीच भाषा मग लोकशिक्षणाकरिताही रत्न आणि शस्त्र म्हणूनही कामाला येते.

❑❑❑

# बोलीकडे चला...

**आजही भाषेतल्या संशोधनासाठी संशोधकचमूंची मोठी आवश्यकता आहे, हे समजून घ्यायला हवे. मुळात म्हणजे अभ्यास भाषेतला असो की साहित्यातला, तो भजनासारखा असून चालत नसतो. गावात जशी पारावर सालोसाल भजने सुरू असतात, गायक-वादक तयार होतात, आवाजाचीही प्रत सुधारते; पण गायला घेतलेल्या अभंगांचा अर्थ सर्वांनाच मुळाबरहुकूम कुठे कळतो? अभ्यासाबद्दलही असेच होत चालले आहे.**

अभ्यासाचे स्वर केवळ परंपरेतून आणि अधू अशा अनुकरणातून आजही निघत असतील तर तसे अभ्यास निराधार ठरून भविष्यातला नवपिढीचा अंधार गडद करू शकणारे ठरू शकतात. एखादा चश्मा लावून जगाकडे पाहणे भयंकर धोक्याचे असते. मराठी भाषेचा आणि साहित्याचा अभ्यास या पद्धतीने होऊ नये. दुर्दैवाने हा अभ्यास परंपरांना कुरवळणारा आणि अनुकरणाच्या व्याधीत अडकलेला आहे.

वस्तुतः आज साहित्यामध्ये लाखो नव्या जाणिवा येऊन मिसळल्या आहेत. अनेक प्रदेशांनी आपली सर्जक ऊर्मी या साहित्यात मिसळली आहे. भाषा आणि अनुभव यांनी साहित्याचा नूर आणि त्याचे 'मेरिट' जबर ताकदीने बदलले आहे. असे असतानाही, तथाकथित लोक, बुरुज झालेल्या संस्था आणि जड नजरांचे समीक्षक भाषा आणि साहित्याची नवता, खरे तर पाहिजे तशी समजून घ्यायला तयारच होत नाहीत. ही गोष्ट धोक्याची नसली तरी परिवर्तनाचा इशारा मुक्रर करणारी

मात्र नक्कीच आहे. या दृष्टीने भाषा आणि मराठी साहित्याचा धांडोळा; हे या लेखाचे प्राणतत्त्व आहे. मुळात वर्तमानीकरणाच्या स्तरांवर भाषावेध, साहित्यवेध घेणे आणि वाङ्मय भाषेकडे नवी निकड, तसेच नवी नजर लावून पाहणे, आज 'कालगरज' आहे.

मला एका गोष्टीची सतत गंमत वाटत आलेली आहे की, कवितालेखन व कथालेखन कार्यशाळा कशा काय घेतल्या जातात? हे वाङ्मयप्रकार आणि त्यांची निर्मिती ही प्रशिक्षणाची गोष्टच असू शकत नाही. व्याकरण, शास्त्र, सूत्र, सिद्धान्त, समीक्षाही शिकता येते. पण लेखन निर्मितीची कार्यशाळा, म्हणजे आधुनिक अंधश्रद्धाच आहे. आजच्या या मराठीतल्या नव्या दमाच्या कितीतरी लेखकांनी हे सिद्ध केले आहे की, भयंकर अनुभव, परिस्थिती व संघर्ष यांनी त्यांना इतके शिकवले की, त्यातूनच ऊर फुटून, कंठ दाटून ते लिहीत आहेत. मेंदूचा भुगा करून झपाटून ते लिहीत आहेत. पण भाषेने, साहित्याने, समीक्षेने या कसदार सर्जकांची अजूनही पाहिजे तशी दखल घेतलेली नाही. वाङ्मयसंस्कृतीमधली मुजोर सरंजामी (Feudal) अजून कुठे ठार झाली आहे? भाषेबद्दलही यापेक्षा वेगळे चित्र नाही. पंगतीलाच पान मांडणारे जास्त वाढत आहेत. नवी वाट निर्माण करणारे फार जण नाहीत.

डॉ. गणेश देवींसारखा एखादाच हुन्नरबाज उभा राहतो. ज्यांनी प्रवाहांविरुद्ध जबरदस्त झेप घेऊन आणि सर्वस्व झोकून विस्थापित जगाचा 'बोलींचा प्रदेश' समाजापुढे आणला. बाकी लोक एका छापाचा भाषाभ्यास करतात. सिद्धान्तच चंदनासारखे उगाळत बसतात. ही अशी दमकोंडी भाषेतही सुरू आहे. त्यात अभ्यासाचा साचाढाचा झाला आहे. भाषेचा सिद्धान्त शंभर मराठी पुस्तकांत समानच असतो. हा सारा प्रपंच पुनःपुन्हा कशासाठी केला जातो? भाषेबाबतचे मूळ काम इंग्लिशमध्ये ज्या पद्धतीने चालते, ते काम मराठीत तोळामासा आहे, हे आपण कधी जाणून घेणार आहोत? विद्यापीठात शिकणारे लोक भाषाचिंतनाकडे या नजरेने पाहताना दिसत नाहीत. 'भाषा आणि जीवन' यासारखी भाषापत्रिका आपल्या सर्वांच्या घरात असावी, असे सगळ्या एम.ए. मराठीवाल्यांनाही कधी वाटत नाही. या दाखल्यातही आपल्या भाषासमजाचे खरे तर हरपलेले श्रेय सापडू शकते. भाषा हे आपले अनिवार्य ज्ञानक्षेत्र आणि महत्तम ज्ञानशास्त्र (Epistemology) आहे, हे भानच आपण अजूनही गमावून बसलो आहोत.

डॉ. गणेश देवी यांनी भाषेच्या संदर्भात कळीचे मुद्दे मांडताना म्हटले आहे :

- साधारणपणे १० हजार वर्षांपूर्वी जगाच्या सगळ्याच मोठमोठ्या भाषा लोप पावल्या.
- भाषा जगवण्याचा एकमेव मार्ग म्हणजे ती भाषा बोलणारे लोक जगवणे.
- भाषा जिवंत ठेवण्यासाठी माणसे जिवंत ठेवावी लागतात. माणसे जिवंत राहत नाहीत, त्या भाषेत व्यवसाय नसेल तर भाषा टिकणार नाहीत.
- भाषा या माणूस किंवा प्राणी यांच्याप्रमाणे जन्मत नाहीत आणि मरत नाहीत. किंबहुना भाषा मरत नाहीतच. त्या मारल्या जातात.
- भाषा ही उत्क्रांतीच्या स्थितीमधील एक महत्त्वाचा टप्पा आहे. आपली शिंगे गेली, नखे गेली, शेपूट गेले; पण भाषा आली.
- आपल्या देशात आजही ७८० पेक्षा जास्त भाषा आहेत.
- भाषेचे वय महत्त्वाचे नाही; तर भाषेचे अवयव किती, ते महत्त्वाचे आहे. ते काय काय करू शकतात, किती कार्यरत आहेत यावर भाषेचे महत्त्व अवलंबून आहे.
- भाषेचे वय सांगता येत नाही. भाषा ही जीवनप्रणाली नाही, ती संकेतप्रणाली आहे.
- भाषेसाठी सरकारने काही करावे, ही अपेक्षाच चुकीची आहे.

भाषा ही सरकारपेक्षा जुनी आहे. सरकारे येतील आणि जातील; पण भाषा कायम राहणार आहे. या तऱ्हेची कृतिपरीक्षा आणि भाषिक भूमिकाही आपण मांडत नाही. या प्रकारच्या निष्कर्षांपासून नवी तरुणपिढी पुष्कळच दूर आहे. भाषाअभ्यासातले आपले शिक्षण वस्तुतः अंधारात दगडफेक करण्यासारखे किंवा पाण्याच्या प्रवाहावर काठ्या मारण्यासारखे आहे.

डॉ. गणेश देवी यांच्यासारख्या योद्ध्या माणसाची गुणाकारपटीने वाढ व्हायला हवी. श्रीपाद अपराजित यांनी म्हटल्याप्रमाणे, 'खेड्याकडे चला' असा मंत्र गांधीजींनी दिला होता. भाषेपुढील आव्हाने बघता आता 'बोलीकडे चला' असा नवा मंत्र स्वीकारावा लागेल.

आजही भाषेतल्या संशोधनासाठी संशोधकचमूंची मोठी आवश्यकता आहे, हे समजून घ्यायला हवे. मुळात म्हणजे अभ्यास भाषेतला असो की साहित्यातला, तो भजनासारखा असून चालत नसतो. गावात जशी पारावर सालोसाल भजने सुरू असतात, गायक-वादक तयार होतात, आवाजाचीही प्रत सुधारते; पण गायला घेतलेल्या अभंगांचा अर्थ सर्वांनाच मुळाबरहुकूम कुठे कळतो? अभ्यासाबद्दलही

भाषेचा सिद्धान्त शंभर मराठी पुस्तकांत समानच असतो. हा सारा प्रपंच पुनःपुन्हा कशासाठी केला जातो? भाषेबाबतचे मूळ काम इंग्लिशमध्ये ज्या पद्धतीने चालते, ते काम मराठीत तोळामासा आहे, हे आपण कधी जाणून घेणार आहोत? विद्यापीठात शिकणारे लोक भाषाचिंतनाकडे या नजरेने पाहताना दिसत नाहीत.

---

असेच होत चालले आहे. बाहेर काय जळू लागले आणि लोक जगात काय सोसू लागले, हे आपण समजून घ्यायलाच तयार नाही. पाट्या टाकणारा भाषेचा अभ्यास, दुष्ट परीक्षारचना आणि मृत प्रश्नपत्रिका यांच्यातच अडकून पडल्यामुळे भाषेच्या अभ्यासाला नवे कोंभ फुटताना दिसत नाही. यामुळे मराठी भाषेचे नवे पीकही अभ्यासात उगवतच नाही. आपल्या अभ्यासपद्धती म्हणूनच 'निरर्थिका' (Nonsense Verse) होऊ पाहत आहेत. यात थोडे अपवाद जरी स्वागतार्ह असले तरी नवअभ्यासाचे मात्र पायंडे निर्माण होत नाहीत, मग मानदंड तर दूरच! या दृष्टीने नामदेव माळी यांचे 'शाळाभेट' हे पुस्तक मुळातूनच वाचायला हवे. भाषेचा मूळ ठसा, संस्कारांची बीजे, छंदांमागील प्रेरणा आणि अस्सल मुलांमधला एक अस्सल भाव यांचा स्वच्छ आलेख 'प्रत्यक्ष' पाहणीतून इथे मांडलेला आहे. दुर्दैवाने या प्रकारचे परिश्रम मात्र सर्वोच्च शिक्षणात आढळत नाहीत; आणि म्हणून ही गोष्ट खिन्नतेत वाढ करणारी आहे.

❑❑❑

# साहित्याचे सामाजिक आरोग्य

**भाषा साहित्याचा अभ्यास 'काळोखाने' अधिकाधिक घेरला जाऊ लागला आहे. जणू 'टाइमपास' हा शिक्षण प्रणालीमध्ये विरघळू लागल्यामुळे आणि परीक्षारचनेतच शिक्षण जास्त गुरफटत गेल्यामुळे विद्यार्थ्यांच्या पदरात 'दगडधोंडे' जमा होत आहेत.**

एक प्रश्न स्वतःला विचारायला हवा की, भाषा आणि साहित्य यांच्या अभ्यासात खुलेपणा आहे का? या प्रश्नाचे उत्तर 'नाही' असेच आहे. हा वर्ग, त्याला एवढे पेपर्स, शिक्षण पूर्ण करायला इतकी सत्रे किंवा एवढी वर्षे यात अडकून घ्यायला आपणाला जास्त आवडते. नियम हेच आपले जोखड होऊन बसत आहेत. त्यामुळे मोकळीक, कौशल्यप्रधानता, आवड या गोष्टीच करपून चालल्या आहेत. भाषाशिक्षण असे खुंट्याला मुळीच बांधता येत नसते, हे सांगायचे कुणाला? हा पेच समजून घेतला पाहिजे. त्यावर उपाय शोधले पाहिजेत.

तरुणांच्या 'वयांचे' विचार व्हायला हवेत. त्यांचा बेकारीचा काळ गृहीत धरायला हवा. नोकऱ्यांमधील 'पडता काळ' समजून घेता यायला हवा. पुढे, त्याला पायांवर उभे राहायचे आहे. विवाह करायचा आहे, कुटुंबासाठी व समाजासाठी काम करायचे आहे, हा विचार भाषेबद्दल वा मुलांबद्दलही या शिक्षणात होतच नाही. यामुळे ना भाषेचा, ना साहित्याचा अभ्यास पुढे जातो, ना विद्यार्थी पुढे जातो.

डॉ. चंद्रशेखर जहागिरदार यांनी भाषा आणि साहित्य यांच्या अभ्यासाबद्दल

हिताच्या चार अप्रतिम गोष्टी सांगितल्या आहेत. हा रस्ता चोखाळला तर साहित्य भाषांच्या अभ्यासातील, त्यांच्या रचनेतील अभाव हटवायला साहाय्य होईल :

- मराठी विभागात निव्वळ मराठी शिकवून चालणार नाही. शेजारच्या राज्यांच्या भाषा आणि संस्कृती यांचा अभ्यासही आवश्यक आहे.
- विद्यापीठांतील विभाग हे सांस्कृतिक अभ्यासाचे विभाग बनले पाहिजेत.
- ज्याला आपण गुणवत्तेची प्रमाणके (मार्क्स ऑफ एक्सलन्स) म्हणू, अशी प्रमाणके स्वातंत्र्योत्तर काळात निर्माण करू शकलो नाही. राजकीय, सामाजिक, सांस्कृतिक क्षेत्रात कुठेच गुणवत्तेचे मापदंड नाहीत. शिक्षणाचा प्रसार झाला आहे. आजची मुले बुद्धिमान आहेत. पण गुणवत्तेचे मापदंड आपल्याकडे नाहीत.
- बारा वर्षे इंग्लिश शिकलेल्या मुलाला पाच मिनिटेसुद्धा इंग्लिश बोलता येत नाही. पण, हाच विद्यार्थी जर नाट्यशास्त्र किंवा संगीत शिकला तर दोन वर्षांत तो किमान कौशल्य कमावू शकतो, मग हा भाषिक कौशल्य का आत्मसात करू शकत नाही? याचे साधे कारण असे, की इंग्लिश कसे शिकायचे याबाबत आपण कधीही नीट विचार केलेला नाही. हा मुद्दा सर्व भाषांना लागू पडतो.

महत्त्वाची अडचणच ही की, काळाचे आवाज आपण ऐकून घेत नाही. भोवतालचा ध्वनी आपण समजून घ्यायलाच तयार नाही. आवडीवर बंधने, गरजांचा विचार न करण्याची रीत, गोल रिंगणातले शिक्षण, परीक्षांना बांधलेले अभ्यासक्रम आणि उत्तरपत्रिकांमधून ज्ञानाची होणारी खुळी तपासणी. प्रत्यक्ष गुणवत्ता, जगातील वास्तव आणि ज्वलंत वर्तमान यांच्या काहीच संबंध नाही. भाषा आणि साहित्य अभ्यासातील ही 'दगाबाज गतिरोधके' आहेत. सारांश, खुलेपणाने आणि माझ्या आवडीप्रमाणे मला अभ्यासक्रम निवडता यावेत. आव्हानात्मक अभ्यासक्रम हवेत. शिक्षकही तसेच हवेत. माझ्या कामाचे रोजच्या रोज आत्मपरीक्षण व परीक्षण व्हायलाच हवे. पाल्यांच्या आईवडिलांनी आपल्या मुलांच्या शिक्षणाचा 'हिशेब' सतत संबंधित संस्थांना विचारायला हवा. पण नेमके हेच होत नाही. त्यामुळे भाषा साहित्याचा अभ्यास 'काळोखाने' अधिकाधिक घेरला जाऊ लागला आहे. जणू 'टाइमपास' हा शिक्षण प्रणालीमध्ये विरघळू लागल्यामुळे आणि परीक्षारचनेतच शिक्षण जास्त गुरफटत गेल्यामुळे विद्यार्थ्यांच्या पदरात 'दगडधोंडे' जमा होत आहेत.

भाषा-साहित्याचे शिक्षणही अशा अराजकतेत सापडत आहे. रिंगण आणि

अंगण यांतला भेदच नष्ट होत गेलेला आढळतो. खरेपणा आपण डांबून टाकू पाहत आहोत. नवे काही फार होतच नाही. मुखवटा (Mask) धारण करून शिक्षणाचा गाडा धावत आहे. मूल्य आणि शिक्षण केवळ कागदाला चिकटून आहे. भाषेत प्रयोग कमी होतात. साहित्यात बदल खूप होत आहेत. पण अभ्यासक्रमात ते जास्तीत जास्त संक्रांत होत नाहीत. म्हणूनच जोपर्यंत भाषा आणि साहित्य यांचे वर्तमानीकरण (Chronography) पूर्णतः होणार नाही किंवा साहित्याभ्यासामधल्या समकालीनतेला (Contemporaneity) वाव दिला जाणार नाही, तोवर भाषा-साहित्याभ्यास करणाऱ्यांना स्वतःचा रस्ता गवसणार नाही. रिंगणात गोल फिरणे थांबायला हवे. विचार, वाचन, प्रयोग झाल्याशिवाय शिक्षणक्रमाचा अचूक वेग मोजता यायचा नाही.

आपण हेही समजून घ्यायला हवे की, झटपट आणि झटापटी करून शिकायचे, ही भावना धोकादायक आहे. आज हेच सुरू आहे. गुणवत्तेचे कुणाला पडले आहे? अशा 'दृष्टी'मुळे गुणवत्तेची परवड झाली. उत्तम शिक्षक, विद्यार्थी आहेतच, पण त्यांचे नाणे बद्द आवाज करणारे ठरवले जाते. कौशल्यापेक्षा 'पैसा' मोठा झाला आहे. गुणवत्तेपेक्षाही 'अर्हतेचा कागूद' प्राणप्रिय बनू पाहत आहे. चोहीकडे संस्थाचालकांशी हातमिळवणी करून आणि नोटांची पेटी हस्तांतरित करून खोट्या लोकांनी मोठ्या आवाजांसाठी 'खरा आवाज' दाबायला केव्हाच आरंभ केला आहे. हे शिक्षणातले न सुटणारे ग्रहण आहे. तरीही हतबल व्हायचे काहीच कारण नाही. सभोवताली पसरत जाणाऱ्या भ्रामकतेला (Fallabious) भीक घालण्याचे काहीच कारण नाही. नेटाने व धिटाईने उभे राहायलाच पाहिजे.

---

**आवडीवर बंधने, गरजांचा विचार न करण्याची रीत, गोल रिंगणातले शिक्षण, परीक्षांना बांधलेले अभ्यासक्रम आणि उत्तरपत्रिकांमधून ज्ञानाची होणारी खुळी तपासणी. प्रत्यक्ष गुणवत्ता, जगातील वास्तव आणि ज्वलंत वर्तमान यांच्या काहीच संबंध नाही. भाषा आणि साहित्य अभ्यासातील ही 'दगाबाज गतिरोधके' आहेत.**

❑❑❑

# आतले आवाज दत्तक देऊ नयेत

**वेगळे आणि नवे करण्यासाठी डोक्याला ताप का द्यायचा, या भावनेमुळे अभ्यास, प्रकल्प, संशोधन, लेखन हे सपाट होत आहे. 'शेंडा ना बूड' अशी स्थिती संशोधनात वाढली. भाषेत आणि साहित्यात हे भय जास्त वाढत जाऊ पाहत आहे. परिवर्तनबिंदू (Turning point) गाठणाऱ्या संशोधनाची वानवा जिज्ञासू अभ्यासकांच्या अस्वस्थतेमध्ये वाढ करणारीच आहे.**

''भाषा, वाङ्मय, विचार, ज्ञान' हे गांभीर्याचे स्रोत आहेत. त्याबाबत गंभीर असायलाच हवे. पण, अशा गांभीर्याच्या परंपरेबद्दल आदर उरलेला नाही', अशा शब्दांत प्रा. रा. ग. जाधव यांनी व्यक्त केलेली रुखरुख खरी आहे. यापुढे जाऊन असे म्हणता येईल की, भाषेचा, वाङ्मयाचा अनुबंध विचार करण्याशी, ज्ञानप्राप्तीशी आहेच. आपण त्याकडे 'ओळख, माहिती' एवढ्यापुरते पाहायला नको.

'वाङ्मयाचा इतिहास' म्हटले की आपण ठरावीक पाच-दहा पुस्तके किंवा तेवढेच खंड पाहून थकतो आणि थांबतो. नव्याने लिहिल्या जाव्या अशा वाङ्मयाच्या इतिहासाची गरज आपण का प्रतिपादन करत नाही? जुनाट वाङ्मयाच्या इतिहासात अण्णा भाऊ साठे किंवा बी. रघुनाथ यांच्यासारख्या विलक्षण ऊर्जा असणाऱ्या महत्त्वाच्या साहित्यिकांबद्दल भाष्य का केले जात नाही? यातील मनोविज्ञान समजून घेत आपल्या मराठीत मात्र प्रश्न मांडले जात नाहीत, 'सवाल उठवले जात नाहीत.' गप्प बसायला लावून ऐकवणारे अध्यापन

आणि प्रश्नच तुम्ही विचारायचे नाहीत, अशी एक 'गदळ' परंपरा जर वाढीस लागत असेल तर 'पालथ्या घड्यावर पाणी' अशीच शिक्षणाची संभावना करणे योग्य ठरू शकते. जसे ठरावीक शिक्षणाचे तसेच रिंगण झालेल्या अभ्यासक्रमाचेही आहे! अमकेढमकेच लेखक पुनःपुन्हा अभ्यासक्रमात कशासाठी कोंबत राहायचे? महत्तम पदव्यांसाठी एकाच विशिष्ट लेखकांचा अभ्यास करून गुणवत्ता 'एकाकी' कशासाठी करायची? चौकटी आखून अभ्यास करणाऱ्या या पद्धती 'ज्ञानबुडी' करणाऱ्या आहेत, हे कुणाच्या लक्षातच येत नाही. याउलट, मराठी सिद्धान्त, मराठी व्याकरण अथवा बालवाङ्मयातील तत्त्वविचार, महात्मा जोतीराव फुले यांच्या समग्र वाङ्मयातील भाषाविचार, मराठी नियतकालिकांचे सांस्कृतिक कार्य, मराठी चित्रपटगीतांतील समाज आणि निसर्ग किंवा आजच्या नाटकांतील वर्तमान आणि समाज, डॉ. बाबासाहेब आंबेडकर यांच्या वाङ्मयातील काळ आणि समाज किंवा मराठी ग्रामीण लेखकांची मानसिकता आणि सर्जनशीलता, दादा कोंडके यांची गीते : समाज आणि भाषा, निळू फुले : 'भूमिका' आणि भूमिका, जिव्या सोमा मशे यांची चित्रकला : जीवन आणि संस्कृती, भालचंद्र नेमाडे यांचे साहित्य : ग्रामीणता आणि सामाजिकता, अशा प्रकारचे शेकडो विषय आपल्या लघु व दीर्घ संशोधनाचे का होत नाहीत?

वेगळे आणि नवे करण्यासाठी डोक्याला ताप का द्यायचा, या भावनेमुळे अभ्यास, प्रकल्प, संशोधन, लेखन हे सपाट होत आहे. 'शेंडा ना बूड' अशी स्थिती संशोधनात वाढली. भाषेत आणि साहित्यात हे भय जास्त वाढत जाऊ पाहत आहे. परिवर्तनबिंदू (Turning point) गाठणाऱ्या संशोधनाची वानवा जिज्ञासू अभ्यासकांच्या अस्वस्थतेमध्ये वाढ करणारीच आहे. गुणवत्तापूर्ण मुले-मुली समाजात खूप आहेत; हे खरे असले तरी शिक्षणाच्या 'बाजाराला' बघून ती बिचकत, दचकत आहेत. अशी एकदम चांगली मुले भाषेकडे जायला धजावत नाहीत. 'काहीच करायचे नाही आणि घरी काय बसून राहतो तर मग एम.ए. (मराठी) कर किंवा अन्य भाषेकडे जा...' हा ओढा आणि हा सूर धोकादायक आणि आजची भाषासाहित्य शिक्षणाची प्रत स्पष्ट करणारा गंभीर सूर आहे.

महाराष्ट्रातील विद्यापीठांत मराठी घेऊन एम.ए. करणाऱ्या मुलांचा, उतरत्या कळेचा टक्का अस्वस्थता वाढवितो. याबद्दल डॉ. सुधीर रसाळ यांनी नोंदवलेले निरीक्षण भीती आणि चिंता उत्पन्न करणारेच म्हणायला हवे. ते म्हणतात, 'आपले बुद्धिमान विद्यार्थी पायाभूत शास्त्रात प्राविण्य मिळवण्याचे आणि त्यात संशोधन

*गप्प बसायला लावून ऐकवणारे अध्यापन आणि प्रश्नच तुम्ही विचारायचे नाहीत, अशी एक 'गदळ' परंपरा जर वाढीस लागत असेल तर 'पालथ्या घड्यावर पाणी' अशीच शिक्षणाची संभावना करणे योग्य ठरू शकते.*

करण्याचे स्वप्न पाहत नाहीत. त्यांचा ओढा पैसे मिळवून देणाऱ्या तंत्रविद्यांच्या शिक्षणाकडे असतो. असे शिक्षण घेऊन सुखाची नोकरी मिळवण्याचेच स्वप्न ते पाहत असतात. कारण पैसे मिळवण्यासाठीच शिकायचे असते, यावर त्यांचा ठाम विश्वास असतो. जे विषय नोकरी मिळवण्याच्या दृष्टीने कामाचे नसतात त्या विषयांकडे बुद्धिमान विद्यार्थी वळत नाहीत. या दृष्टीने भाषा हा विषय अग्रक्रमी आहे. चांगले विद्यार्थी भाषा विषयात उच्च शिक्षण घेत नाहीत. त्यामुळे भाषा विषयांच्या शिक्षकांचा दर्जा अतिशय सुमार असतो. तेच शिक्षक शाळा-महाविद्यालयात भाषा, वाङ्मय शिकवतात. अशाच शिक्षकांकडून भाषा विषयाचे अभ्यासक्रम आणि क्रमिक पाठ्यपुस्तके तयार करून घेतली जातात. त्यामुळे आपल्याकडे भाषा शिक्षणाचा एकूण दर्जा अतिशय सुमार बनून जातो.' डॉ. रसाळ यांची ही भूमिका तंतोतंत खरी आहे. त्यांनी घेतलेला हा आक्षेप नसून हे सत्यचित्र आहे. आत्मपरीक्षण करणाऱ्यांना डॉ. रसाळ यांचे म्हणणे अनाठायी वाटणार नाही.

दुसरी गोष्ट अशी की, कसोटीलाच उतरून मराठीत 'नवे' काय घडते? पीएच. डी.सारख्या महत्त्वाच्या सामाजिक वाङ्मयीन संशोधनाची गुणवत्ताही पुष्कळशी संशयप्रणीत बनलेली आहे. प्राध्यापकांच्या घराचा ४० टक्के हिस्सा ग्रंथालयाचा हवा, यात चूक काय आहे? मौजमजेसाठी आणि चैनबाजीसाठी सदा सज्ज असणारे 'स्वयंघोषी' बुद्धिवंत बिनीची दैनिके, अप्रतिम नियतकालिके आणि दरमासी किती मूलभूत ग्रंथ घरात घेतात? रोजचे तास घेण्यापूर्वी किती तास विषयांची, घटकांची, मुद्द्यांची, प्रकरणांची संदर्भमूलक पूर्वतयारी ते करतात? हे सर्व विचाराल तर उजेडच उजेड आहे! मग भाषेच्या शेतातून आणि वाङ्मयाच्या मळ्यातून 'सत्त्वशील पीक' उगवून येईल कुठून? भाषा वाङ्मयाच्या दारिद्र्याची दरी अशीच वाढत गेली तर डॉ. सुधीर रसाळ यांनी वर स्पष्ट केलेले भय खरे ठरेल. प्राथमिक पाठ्यक्रम, जुनाट संशोधन यात गुणवत्ता शोधायची कशी?

❑❑❑

# खरेपणाला किंमत आहे!

**भाषेचे नवे प्रयोग होऊ द्या. हट्ट किंवा उगी अस्मिता मोजत बसू नका. तरुणाईच्या भविष्याशी खेळू नका. काळाची गरज ओळखा. मुलांचे वय मोजा. शिवाय, त्यांना पायांवर उभे करण्याची दृष्टी अभ्यासात ओता. अभ्यासात भाषेची रचना, साहित्याची दिशा अशातच व्हायला हवी.**

भाषा आणि साहित्य शिक्षणाची चिंतादायक स्थिती अधिकाधिक भीती चेतवणारीच आहे. छातीवर हात ठेवून सांगण्याइतपतही अभ्यासात आणि संशोधनात इमान नसेल, तर ही बाब अवघडच आहे. संशोधनाचा सामाजिक हितोद्देश ही गोष्ट तर दूरच! लेखक असो की संशोधक, सर्वात आधी तो प्रामाणिक असावा, हा दंडकच असला पाहिजे. अभ्यासात त्याची कृती समाजाला चालना देणारी, वाङ्मयात किमान नवी भर घालणारी असावी. आधी झालेल्या संशोधनापेक्षा वेगळे, नूतन, परिणामी, गुणवान, नवदिशाप्रणीत असे त्यांचे संशोधन असावे. भाषा शिक्षणात, साहित्य संशोधनात हे चित्र फारसे दिसत नाही. कमाल तर अजिबात नाही. आपली, आपल्या कामाची बांधिलकी कशासोबत खायची, याचेही भान दिसत नाही. 'बांधिलकी' हा शब्द आणि त्याचा अर्थ या काळाच्या परिमाणात विनोदी झाला की काय, असा त्या शब्दाचाच वास येऊ लागला आहे!

भालचंद्र नेमाडे यांनी म्हटल्याप्रमाणे, 'सामाजिक बांधिलकी काही मसाल्यासारखी भाजीत टाकावयाची गोष्ट नाही, ज्यायोगे ती टाकली की बांधिलकी

*लेखक असो की संशोधक, सर्वात आधी तो प्रामाणिक असावा, हा दंडकच असला पाहिजे. अभ्यासात त्याची कृती समाजाला चालना देणारी, वाङ्मयात किमान नवी भर घालणारी असावी.*

---

येते. ती मुळातच लेखकाच्या सर्जनप्रक्रियेशी जोडलेली असते.' मुळातले संशोधक आणि मुळातले संशोधन आटत गेलेल्या दुभत्या गायींसारखे होऊन बसलेले आहे. थिल्लरपणा (Frivolty) हा अधिक उंच होत चालला आणि दर्जा खाली मान घालून हकनाक शरमिंदा बनू पाहत आहे.

प्रयोगांसाठी नवे विषय, नवी क्षेत्रे निवडायला हवीत. पण घर बांधताना सिमेंटचे खांब उभे करावेत, असा ढाचा भाषा-साहित्य अभ्यासाचा जो बनवला गेला, तो मोडायलाच आपण तयार नाही. भाषेचे नवे प्रयोग होऊ द्या. हट्ट किंवा उगी अस्मिता मोजत बसू नका. तरुणाईच्या भविष्याशी खेळू नका. काळाची गरज ओळखा. मुलांचे वय मोजा. शिवाय, त्यांना पायांवर उभे करण्याची दृष्टी अभ्यासात ओता. अभ्यासात भाषेची रचना, साहित्याची दिशा अशातच व्हायला हवी. पायाभूत समीक्षा असू दे. ठळक साहित्यप्रवाह येऊ दे. काळावर ठसा उमटवणारे लेखक बाद नको करायला. भाषा किंवा वाङ्मय, कथा, कविता, नाटक, कादंबरी, चरित्र, आत्मकथा, वैचारिक अप्रतिम ललित, प्रेरक प्रवासवर्णन हे सर्व अभ्यासात अर्थातच असू द्या. पण सोने तोलावे तसे ते पाहिजे. मैत्रींना जपणारा, तुझ्या गळा, माझ्या गळा, तुझी वर्णी, माझी वर्णी यांचेच प्रदूषण पाठ्यपुस्तक निवडीत नको. कारण हे करून नव्या पिढीसोबत, त्यांच्या भवितव्यासोबत खेळायचा आपणाला अधिकार कुणी दिला आहे? म्हणूनच टेबलांच्या चौकोनासारखा सिलॅबसचा चौकोन करणे थांबले पाहिजे. पाठ्यपुस्तक आणि अभ्यासक्रम खुला आणि गुणवत्तेचा असलाच पाहिजे. हे घडण्याची पुष्कळ ठिकाणी सुरुवात झालेली आहे. भाषा आणि साहित्याच्या मुळावर उठण्याचा डाव खेळण्यापेक्षा या उभयतांचे कसदार पीक घेण्यातच मराठीची चिंतामुक्ती आहे. शिक्षक आणि पुस्तक यांच्या गुणवत्तेला नवा पर्याय शोधायलाच नको.

❑❑❑

# नव्या वाटांचे इतिहास उभे करा

**काही नवे करण्यासाठी कधीही व कुठेही संघर्ष हा करावाच लागतो. शिवाय नवे गळी उतरवण्यासाठी प्रचारसुद्धा करावा लागतो. यश हे झाडावरून खाली पडणाऱ्या फळासारखे नसते. आधी गाडून घ्यावे लागते. मगच उद्या नवे उगवते! नवे सुरू करताना शाप येतात, शिव्या येतात. विरोधही निवडुंगासारखे काटेरी होतात! पण हे करावेच लागते.**

वास्तविक पाहता, मूलभूत गुणवत्तेला पर्याय देताच येत नसतो. भाषा म्हणून, साहित्य म्हणून मराठीला धक्का देता येत नाही. पण हे सांभाळूनही यात नवे प्रयोग झालेच पाहिजेत. साहित्याच्या मुख्य प्रवाहामध्ये आलेले साहित्य अभ्यासाचा, संशोधनाचा विषय झाले पाहिजे. मराठी साहित्य संमेलनांमधून, परिसंवादांमधून काय 'नवनीत' निघते, याबद्दल संशोधन निःपक्षपाती (Dispassionate) व्हायला हवे. संशोधनात आदर, प्रेम, दया खुंटीला टांगून ठेवायला हवी. मुळात कृतज्ञता जरूर बाळगावी. पण गुलामीच्या ओझ्याखाली खरे संशोधन होऊ नये. भाषाविज्ञान, मराठीचे व्याकरण, साहित्यसिद्धान्त, संशोधनाचे स्वतंत्र शास्त्र, वाङ्मयासोबतच समाजाचा आणि संस्कृतीचा अभ्यास, नवसमीक्षेची गरज, समाजसुधारकांचे अभ्यास, चळवळींचा समग्र अभ्यास, दिवाळी अंकांचा 'खरा अभ्यास' म्हणजे 'दूध का दूध और पानी का पानी' दाखवणारा अभ्यास, आकाशवाणींच्या सांस्कृतिक-वाङ्मयीन कार्यक्रमांचा अभ्यास, बोलींचा अभ्यास, बोलींचे क्षेत्रीय

*संशोधनात आदर, प्रेम, दया खुंटीला टांगून ठेवायला हवी. मुळात कृतज्ञता जरूर बाळगावी. पण गुलामीच्या ओझ्याखाली खरे संशोधन होऊ नये.*

संशोधन, पुरुषांप्रमाणेच महिलांच्या भाषांचा व्याकरणिक अभ्यास, अनुवादाचा विशेष अभ्यास, उपयोजित समीक्षा शास्त्राभ्यास किंवा जागतिकीकरणात मराठीचा वा संमिश्र भाषांचा अभ्यास, मराठी गीतअभ्यास, पटकथाभ्यास, जाहिरात अभ्यास, तौलनिक साहित्य व भाषाभ्यास, गूढ साहित्य व जनप्रिय साहित्य यांचा अभ्यास अशी विविध विषयांची क्षेत्रे, आपले स्नातक आणि स्नातकोत्तर मराठी भाषा-साहित्यातील अभ्यास हे संशोधनविषय व्हायला पाहिजेत. अशी सुरुवात इथेतिथे झालेली आहे. या रीतीचा, धाडसाचा काहीसा एक प्रयोग मराठवाड्यातून स्वामी रामानंद तीर्थ मराठवाडा विद्यापीठ, नांदेडच्या 'भाषा, वाङ्मय व संस्कृती अभ्याससंकुला'मध्ये करण्यात येऊ लागलेला आहे. यात आम्हांला संधी आणि स्वागतशीलता दिसत आहे. पण यशासाठी आणि निष्पत्तीसाठी काही काळ लोटू द्यावा लागेल! मात्र, आम्ही आशावादी आहोत. प्रयोगांचे अर्थातच पाठिराखे आहोत.

काही नवे करण्यासाठी कधीही व कुठेही संघर्ष हा करावाच लागतो. शिवाय नवे गळी उतरवण्यासाठी प्रचारसुद्धा करावा लागतो. यश हे झाडावरून खाली पडणाऱ्या फळासारखे नसते. आधी गाडून घ्यावे लागते. मगच उद्या नवे उगवते! नवे सुरू करताना शाप येतात, शिव्या येतात. विरोधही निवडुंगासारखे काटेरी होतात! पण हे करावेच लागते. भाषा आणि साहित्यात असे नवे अभ्यासक्रम, नवे प्रयोग हिटलरशाहीने करून काहीच फायदा नसतो. समूहशील नव्या पिढीसाठी नवे प्रयोग वृंदगान (chorus) झाले तरच अशा प्रयोगाला प्रतिसाद आणि सहकार्य मिळणार असते. प्रयोग करताना विरोध होतो; पण उशिराने फळेही मिळतात!

❑❑❑

# काळशोधक दृष्टीची पायवाट

**आंतरविद्याशाखेत मोडणारी अभ्यासक्रमांची पूर्णतः रचना भाषेतही करता येत. 'एम.ए. मराठी' अशी पदवी कुठेही चालू शकेल, अशी व्यवस्थाच करता येणे शक्य आहे.**

भाषा-साहित्याच्या अभ्यासासंबंधीच्या वर्तमानीकरणाचा अर्थच मुळी आजच्या काळाच्या अनुरोधाने अभ्यासाची दिशा असणे, असा आहे. ही दिशा ज्ञानमूलक, कालसंगत, विद्यार्थी हितदक्ष आणि वर्तमानाला धरून असायला हवी, केवळ अभ्यासासाठी अभ्यास अशी नको! या प्रकारच्या अभ्यासात मूलाधारवचन (Axiom) हे तर असलेच पाहिजे. ज्ञानसंपादन ही तर अभ्यासाची पूर्वअट असलीच पाहिजे. या अभ्यासाला कमाल दर्जाही हवाच. निदान सध्याचा अभ्यासक्रम तसा मुळीच नाही. काही ठिकाणी प्रयोग सुरू होत आहेत. पण त्याचे परिणाम अजून उमटलेले पाहायला मिळत नाहीत. खरे म्हणजे मुळात चांगले नसेल तर मग गुणवत्तेची पैदास होणारच कशी? कमी काळाचे, बहुउद्देशीय, प्रात्यक्षिकाधारित, रोजगारक्षम अशा प्रकारचे भाषेत, साहित्यात बदल घडून आणता येतात. अभ्यासक्रमांची गती, त्यामुळे प्राप्त होणाऱ्या संधी आणि पदवीप्राप्तीमध्ये येणारे एक रितेपणही यामुळे कमी करता येईल.

आंतरविद्याशाखेत मोडणारी अभ्यासक्रमांची पूर्णतः रचना भाषेतही करता येत. 'एम.ए. मराठी' अशी पदवी कुठेही चालू शकेल, अशी व्यवस्थाच करता

येणे शक्य आहे. जाहिरातलेखनाचा अभ्यासक्रम मराठीसमवेत करता येतो, ज्यामुळे शिक्षक-प्राध्यापकी सेवेसह विद्यार्थी स्वावलंबनाने स्वतःचा व्यवसायही उभा करेल. माध्यमांच्या क्षेत्रात अथवा उद्योगनगरीतही तो पाय रोवील. एखादी किंवा अधिक परकीय भाषा तत्काळ शिकून दुभाषक म्हणूनही एअरलाईन्समध्ये, उपाहारगृह व्यवस्थापनामध्ये, स्वागतशील क्षेत्रांमध्येही लीलया जाऊ शकेल. जशी जिद्द तसा वाव त्याला मिळेल. भाषेच्या आणि साहित्याच्या विस्तारशील अशा तऱ्हेच्या अभ्यासरचनेमधून हे नव्याने करता येईल, हे नक्की! हे आव्हान वाटू शकेल. तथापि, ते अशक्य मात्र निश्चितच नाही. शिकून मी पराभूत होणार नाही असे ब्रीदवाक्य (Motto) नव्या पिढीच्या मुठीत ठेवणारे वातावरण जर भाषेच्या शिक्षणापासून निर्माण करायचे, तर भाषा आणि साहित्य यांची मुद्रा बदलल्याशिवाय पर्यायच नाही. प्रयोग व प्रयत्न नवे हवेतच. ओढा वाढेल व यशसुद्धा.

दुसरी गोष्ट अशी की, आपला समीक्षा व्यवहार कसा आहे? आजची साहित्यनिर्मिती कशी आहे? तर, यात विरोधाभास आहे. साहित्यनिर्मिती आज बलवान आहे, जोरकस आहे. तिचे मार्गक्रमण गुणवत्तेच्या दिशेने झेपावत आहे. समीक्षा मात्र बरीचशी गप्प आहे. हातचे राखून समीक्षा बोलताना दिसते. गटातटाचे अंधत्व तिने पत्करलेले आहे. म्हणूनच, 'विद्यमान मराठी समीक्षा साहित्यनिर्मितीशी समकक्ष संगती राखताना दिसत नाही' किंवा 'मराठीतील १९८०नंतरची कविता समीक्षेसाठी तिष्ठत आहे,' असे जे मत प्रा. रा. ग. जाधव यांनी व्यक्त केले; ते वस्तुस्थितीला धरूनच आहे. भाषा आणि साहित्य यांच्या संवर्धनाकरिता ही स्थिती अर्थातच निरामय नाही. समीक्षेचा साक्षेप तर कुणीही मान्य करेलच; परंतु समीक्षा करडी आणि कोरडी असूनही भागत नाही. समीक्षेने केवळ नकारघंटा वाजवूनही चालत नाही. तिने होकारात्मक (Positive) दृष्टी बाळगली तर काही आकाश कोसळत नाही. पण समीक्षेत हे आज घडताना दिसत नाही. समीक्षेचेही अड्डे झाले आहेत. कुणाला खाजवायचे नि कुणाला वाजवायचे अशा अवाङ्मयीन व्यवहारात समीक्षेचेही हात गुंतले आहेत. त्यामुळे अशोक पवार, नागराज मंजुळे, किरण गुरव, प्रशांत बागड, कल्पना दुधाळ, राजकुमार तांगडे, धम्मपाल रत्नाकर, वाहारू सोनावणे, अजिम नवाझ राही, अभय दाणी किंवा प्रभू राजगडकर, उषाकिरण आत्राम, गणेश भाकरे, श्रीकांत उमरीकर, विनायक पवार, अशोक कौतिक कोळी, रमेश पवार, आसाराम लोमटे, एकनाथ पाटील, प्रशांत असनारे अशी आज मराठीत लिहिणारी दोनशे-तीनशे युवा लेखकांची पलटण आहे; ज्यांची ताकद अद्भुत

आहे, ज्यांच्या लेखनाची बीजंही अफलातून आहेत, ज्यांनी मराठीच्या पदरात नवे टाकले आहे. या लेखकपिढीच्या सर्जनशील निर्मितीचा नवा इतिहास उद्या-परवा लिहिल्याशिवाय समीक्षेला गत्यंतर नाही.

वरील बहुतेक लेखक महानगरी नाहीत. ते त्यांचा त्यांचा प्रदेश, भाषा, जाणीव, अनुभव, प्रश्न, संघर्ष, बोली, माणसे, दुःखे घेऊन आले आहेत. हे सर्व लेखक कोणाच्याच सावलीखाली वावरणारे नाहीत. पण त्यांच्या स्वागतासाठी समीक्षेने आपले काळीज पाहिजे तसे खुले केलेले नाही. अभ्यासक्रमवाल्यांनीही खरे तर या लेखकांच्या सत्त्वाचा विचार हवा तसा अजून केलेला नाही. दोन पायऱ्या वर असणाऱ्या पुस्तकांसाठी समीक्षेने एक पायरी खाली आले तर फार बिघडत नाही. पण हा हटवाद (Dogmatic) असाच टिकून राहिला तर मग भाषा आणि साहित्य यांची सर्वसमावेशकता कशी मोजायची? नामदेव ढसाळ म्हणतात त्याप्रमाणे, 'प्रस्थापित, अप्रस्थापित हा झगडा सनातन आहे.' हे त्याचे विषारी फलित म्हणावे का? जे दमदार लिहितात, अशांची नोंद करायची नाही. तसे घडले तर जणू प्रस्थापितांचा उपमर्द होतो, असे आपल्या साहित्यव्यवहार आणि समीक्षाव्यवहार यांच्यातील चित्र आहे. कधी फुसक्या साहित्याची प्रचंड वाहवा केली जाते आणि बलदंड असणाऱ्या साहित्याला हे साहित्यच नाही, असे खिजवून नव्या चांगल्या लेखकांना बेदखल करणे हा समीक्षतेलाही आजारच आहे. ही भयस्थिती नीट समजून घेतली पाहिजे. पुष्कळदा टिनपाट लेखकांवर गौरवांचा, आलोचनांचा प्रचंड मारा केला जातो. पण समुद्रात पाऊस पाडण्यात काय शौर्य असते, एवढेही भान जपले जात नाही. पुष्कळदा या प्रकारचे अवघे उद्योग भाषेतील आणि साहित्यातील वातावरण गढूळ करायला पूरक ठरतात, हे मात्र खरे. अशी खूप कारस्थाने (Intrigue) लेखक, साहित्यकृती, समाज, संस्था, शिक्षक, विद्यार्थी, वाचक यांच्या अभिरुचीला पुढे घेऊन जाऊ शकत नाहीत. अशा वेळी सार्त्र यांच्या म्हणण्यानुसार, 'वाङ्मयाचे स्वरूप समाज ठरवतो.' अंतिमतः हेच खरे मानायला हवे. समाजाचा रेटा वाढेल. तो ठरवेल काय वाईट किंवा काय चांगले! 'काळ' या नावाचाही महानायक आहेच. म्हणूनच तर वारकरी वाङ्मय किंवा महानुभाव वाङ्मय कालजयी ठरले!

दोषारोपणलेखनाला समीक्षा म्हणण्याची चूक सद्यःकालात खपवून घेतली जात नाही. समीक्षा ही जर 'डिसिप्लीन' असेल, तर तिने शिस्त आणि शिरस्ता मोडता कामा नये. ग्रह मनी बाळगून टीका तिचा प्रपंच चालवत असेल, तर ते

> समीक्षा करडी आणि कोरडी असूनही भागत नाही. समीक्षेने केवळ नकारघंटा वाजवूनही चालत नाही. तिने होकारात्मक (Positive) दृष्टी बाळगली तर काही आकाश कोसळत नाही. पण समीक्षेत हे आज घडताना दिसत नाही. समीक्षेचेही अड्डे झाले आहेत.

वाङ्मय-व्यवहारातील अरिष्टच मानले पाहिजे. अशा टीकेचे स्वागत साहित्याकडून किंवा लेखकांकडून कसे होईल? का व्हावे? डॉ. चंद्रकांत बांदिवडेकरांनी अशा टीकाकारांना चांगलेच फटकारले आहे. ते म्हणतात, 'ज्या समीक्षकाला कृतीतील विधायक भाग पकडता येत नसेल त्याने समीक्षा करू नये.' समतोल (Balanbe) गमावून समीक्षेला हवे तसे कसे वागता येईल? आणि तसे वागलेच तर लेखक काय म्हणून सहन करतील? म्हणूनच, डॉ. गंगाधर पानतावणे किंवा डॉ. यशवंत मनोहर, डॉ. रावसाहेब कसबे, कॉ. शरद पाटील, डॉ. विलास सारंग, डॉ. स. त्र्यं. कुल्ली, डॉ या. वा. वडस्कर, मोतीराम कटारे, डॉ. महेंद्र भवरे, डॉ. जनार्दन वाघमारे, डॉ. भास्कर लक्ष्मण भोळे, जी. के. ऐनापुरे, डॉ. राजन गवस, डॉ. प्रमोद मुनघाटे, प्रा. उत्तम क्षीरसागर किंवा डॉ. प्रकाश देशपांडे केजकर, डॉ. शैलेंद्र लेंडे, डॉ. आशुतोष पाटील, प्रा. प्रभाकर वागले, डॉ. ज्योती लांजेवार अशी वेगवेगळ्या पिढ्यांमधील नवीजुनी समीक्षकांची फळी मूळ गाभा धरून समीक्षेची नवी स्थापना करत आहे. सत्ता, समाज, अर्थ, धर्म, व्यक्ती, संस्कृती यांची सक्षम आणि समन्यायी चिकित्सा या चिंतकांनी पुढे आणलेली आहे. ही मूल्यशास्त्रीय (Axiology) चिकित्सा अर्थातच मौलिक ठरते.

❑❑❑

# सर्जनाची टवटवी आणि सर्वसहभागीकरण

**बदल घडवून आणण्याचा कागद आणि शाई ज्यांच्या हातात आहे, त्यांच्यावरच लक्ष ठेवावे लागणार आहे. वर्तमानीकरणाच्या स्तरावर साहित्य, लेखक, कलाकृती यांची अचूक निवड केल्याशिवाय किंवा वर्तमानीकरणाच्याच पातळीवर भाषा-बोलींचा नव्या परिप्रेक्ष्यात विचार केल्याशिवाय मराठी वाङ्मय संस्कृतीकडे तरुणाई आकर्षित होणार नाही.**

खरे म्हणजे भाषेचा, साहित्याचा व्यवहार जुना कधीच होत नाही. वाचकही जुना होत नाही. लेखन येईल, जाईल. लेखकाचेही असेच. मूल्यविचार मरत नाहीत, सुकत नाहीत. जे काळाला धरून आणि जे काळ ओलांडून पुढे जाईल, टिकेल त्याचा स्वीकार व्हावा. भाषेचा आणि साहित्याच्या गुणवत्तेचा हा निकष मानायला हवा. उत्तम, उदात्त, उदार, उन्नत असे जगात, मराठीत आजही खूप आहे. फक्त ज्यांच्या हाती अधिकार आहेत, अशांचाच प्रॉब्लेम आहे. त्यांनीच प्रॉब्लेम करून ठेवले आहेत. म्हणून आत्मपरीक्षणाचा हा हंगाम आहे. भाषेत चांगले पूर्वीपासून पुष्कळ आहे. शिवाय साहित्याचीही स्थिती अशीच. नवीन चांगले तर अमापच आहे. नव्या आणि जुन्यांचा मेळ घालणारे कोलंबस मात्र नाहीत. हेच नेमके दुखणे आहे. 'विचार पहाडांसारखे उंच, निश्चल होते. त्यांना वाहून नेणारी माणसे ढेकळे निघाली,' असा आसूड संजय पवारांनी लगावला; तो काही चूक नाही. बदल घडवून आणण्याचा कागद आणि शाई ज्यांच्या हातात आहे, त्यांच्यावरच लक्ष

*एखादा भूप्रदेश निवडून, तेथील स्त्रिया, पुरुष यांची वयपरत्वे वर्गवारी करून त्यांच्या आहाराचा आणि श्रमांचा कोश कुठल्याही भाषेत आजही करता येईल. नवे लोक हे असे भाषिक, सामाजिक, सांस्कृतिक, लोकवाङ्मयीन आव्हान स्वीकारायला का पुढे येत नाहीत?*

ठेवावे लागणार आहे. वर्तमानीकरणाच्या स्तरावर साहित्य, लेखक, कलाकृती यांची अचूक निवड केल्याशिवाय किंवा वर्तमानीकरणाच्याच पातळीवर भाषा-बोलींचा नव्या परिप्रेक्ष्यात विचार केल्याशिवाय मराठी वाङ्मय संस्कृतीकडे तरुणाई आकर्षित होणार नाही. युगप्रवृत्ती (Time spirit) समजून घेण्यात चूक काय आहे? कालध्वनी समजून घ्यायलाच हवा. त्याबिगर भाषेचे, वाङ्मयाचे गणित नीट बांधणे आजच्या काळात तरी अशक्य ठरू शकणारे आहे.

उत्सुक व धडपड्या विद्यार्थ्यांसमोरचे सांप्रतचे वर्तमान म्हणावे तसे सुगम नाही. अभावांचे अराजक भोवतालात रासवट रूपात उभे आहे. हमखास गुणवत्तेचेच शोधून वाचावे, अशी सवयही वाढीस लागत नाही. प्रचंड वाचून आपले 'डोके' तयार ठेवावे, असा माहोलच उरलेला नाही. इच्छाआकांक्षांना गतीची चाके लावून पळपळ पळणे सुरू आहे. सारे जण काळाचा आवाज ऐकत धावत आहेत. मेरिटलाही एक खास 'आवाज' आहे; हे समजून घेण्याइतपतच उसंत आपण ठेवलेली नाही. म्हणूनच, एमपीएससी किंवा युपीएससीचा ओढा असणारे लोक जसे नेमके गुणवत्तेचे, थोडे पण मजबूत वाचतात; कालमर्यादेत वाचतात; या पद्धतीचे वाचन बी.ए., एम.एड. करणाऱ्यांचे नसते; हे सत्यवादी चित्र आहे. यातील चांगुलपण ओंजळभर आहे; आणि ते अपवादात जमा होणारे आहे? ही स्थिती का वाढू लागली? खुश्कीचे मार्ग का अवलंबले जाऊ लागले? आपले मोह इतके मामुली का होत चालले आहेत? या अशा भरपूर प्रश्नांची उत्तरे येथील प्रणालीत, व्यवस्थेत, सद्यःशिक्षणात आणि समाजाच्या भौतिक आततायीपणामध्ये शोधली की सापडतील.

वस्तुतः कविता, कथा, कादंबरी लिहायला कुणी मनाई करण्याचे कारण नाही. तरीही, नव्या पिढीचे भाषासाहित्याकडे केवळ 'साहित्याभ्यास' या भावनेने पाहणेही चुकीचे ठरावे. शिक्षक, पालक किंवा या क्षेत्रांतील धुरीण यांनी खरे तर

चाकोरीपलीकडचा विचार जरूर करायला हवा. वेगळ्या वाटा खूप आहेत, हे सांगणारे दिशांचे खांब या पिढीपुढे उभे असायला हवेत. त्यांची कमतरता जाणवते. नव्या पिढीनेही संयम आणि विचार करून वाटाशोध घ्यायला हवा. आपणांस नाव मिळवायचे किंवा ऐवजाप्रमाणे भाषांत, साहित्यात काम करायचे तर धीर ठेवावाच लागेल. दृष्टीही बाळगावीच लागेल. मराठीच्या केवळ पाट्या किंवा भिंती रंगवून या क्षेत्रात करिअरचे मार्ग खुले होऊ शकणारे नाहीत, हे लक्षात घ्यावे.

साधा परंतु कळीचा प्रश्न असा की, विविध तऱ्हेच्या कोशवाङ्मयाकडे नवी पिढी झेप घेत नाही. का असे? कारण ते काम धीराचे, शोधाचे, श्रमाचे आणि सप्रमाणीकरणाचे आहे. एखादा भूप्रदेश निवडून, तेथील स्त्रिया, पुरुष यांची वयपरत्वे वर्गवारी करून त्यांच्या आहाराचा आणि श्रमांचा कोश कुठल्याही भाषेत आजही करता येईल. नवे लोक हे असे भाषिक, सामाजिक, सांस्कृतिक, लोकवाङ्मयीन आव्हान स्वीकारायला का पुढे येत नाहीत? असे काम जर हाती घेतले, तर देशातील भाषासंस्था, भारत सरकार, विद्यापीठे, इतर संस्था, काही मोठ्या बँका, युजीसी यांच्याकडून मोठ्या रकमा मिळू शकतात आणि समाजहितकारक काहीएक संशोधनही यातून होईल. फक्त शर्ती, नियम पूर्ण केले की अशा कामांत उडी मारता येते. पण हे फार घडत नाही. पायाभूत काम करण्याची मुळी मानसिकताच कोमजून गेल्याचे चित्र दिसते. कारण जीवनानंदाच्या (Joie de vivre) आपल्या कल्पनाच बदलल्यामुळे आणि त्वरित लाभांची धोरणे सररास अवलंबल्यामुळे अभ्यास, परिश्रम आणि दिशा याच मुळी अल्पसमाधानाच्या ग्रहणामध्ये सापडल्या.

प्रश्न उपस्थित करणे, नवे मार्ग चोखाळणे, 'अभ्यासोनी प्रकटणे', वाद उपस्थित करणे, बैठक मारून ग्रंथालयाचा उपयोग करणे, अत्याधुनिक माहिती-ज्ञानाची साधने दूरदर्शी कार्यासाठी वापरणे, हे चित्र उरलेले नाही. 'चटकन पुस्तक लिहून काढणे आणि पटकन पुरस्कार घेऊन संपून जाणे,' ही आत्मघाताचीच व्याधी आहे हे समजायलाही उशीर होत आहे. हे सुलभ असेल तर मग कोशनिर्मितीच्या क्षेत्रात बुडी मारायची कशासाठी, ही मानसिकतासुद्धा भाषा-साहित्यात नव्या लोकांच्या रुकावटीला कारणीभूत ठरू पाहत आहे. अभ्यास-संशोधनातील हा कोमजलेपणा काढून टाकायला हवा आणि ताज्या शोधांचे नवरस्ते स्वीकारायलाच हवेत. असे शोधांचे नवरस्ते खूप उदाहरणांमधून सांगता येतील. मराठीतील *भाषा आणि जीवन* या त्रैमासिकाचे एक उदाहरणही या दृष्टीने बोलके आहे.

❑❑❑

# कुंपण आणि वर्तुळत्याग

**जुने सर्व सोडा, असे म्हणायचे नाही; पण नवे जोडा हेही कळून घ्या. मराठीत जे करून ठेवलेले काम आहे ते वस्तुपाठ म्हणून वापरायलाच हवे. पण जुन्या कामांवर नवा खड्डू गिरवू नका. नवे काम, तुमचे तुम्ही सुरू करा. कारण संशोधनाची मुख्य दिशाच नवतेपणात आणि नवदृष्टीत असते.**

नवे लोक, नवे विषय, नवे प्रदेश आणि दिशा नव्या शोधून इथे जे काम चालते, या कामांमध्ये आपली विद्यापीठीय युवकांची पिढी का उडी घेत नाही? किंवा त्या पद्धतीचे काम का करत नाही? कारण, अशा कामांमुळे भाषा-साहित्यांतील संशोधन नक्की पुढे जाईल. वेगळे कामही पुढे येईल, याची मला खातरी वाटते.

गणितातील अंक आणि भाषा, वैदू समाजांचा भाषिक व्यवहार, लहान मुलांचा भाषाविकास, भारतीय विविध भाषांचे स्वरूप, आदिवासी अनेक बोलीभाषा, ब्राह्मणी भाषा, कास्तकारांची भाषा, भाषांमध्ये केली जाणारी काटकसर, प्रसारमाध्यमांतील भाषा, भाषेच्या भवितव्याचा विचार, प्रदेशवार ओव्यांचा अभ्यास, आगरी बोलीभ्यास, विज्ञानलेखनातील शैली आणि वास्तव, पालक-शिक्षक भाषा, भाषांतील लिंगभेद, पुरुषांची भाषा, मुलींची भाषा, लेकरांची बोबडभाषा, आजीची भाषा, चिन्हभाषा, भावभाषा, विचारभाषा, परिभाषा, भाषांचे शैक्षणिक संदर्भ, तिचे सामाजिक संदर्भ, आरतींची भाषा, महाविद्यालयीन नियतकालिकांतील युवाभाषा किंवा राजकारणाची भाषा, चित्रपटाची भाषा अथवा लोकशिक्षण प्रवाहातील गौतम

*सोप्याकडे चटकन वळतो, पळतो आपण. शिवाय, कालबाह्य, बुरसटलेले, टाकाऊ, जीर्ण सामग्री आदी भाव आणि विचार माध्यमांतून अभ्यासकांपुढे ठेवायचे काहीच कारण नाही. 'जुने ते सोने' या वचनाचा कुठेही नि कसाही अर्थ का लावावा?*

बुद्ध, येशू ख्रिस्त, सॉक्रेटिस यांनी उपयोगात आणलेली भाषाशैली किंवा वारकरी कीर्तनातील लोकशिक्षणाची भाषा, या प्रकारचे बहुसंख्य विषय अभ्यासकांपुढे 'भाषा आणि जीवन'मधून चर्चेला आणले गेले आहेत. ही सूची चौपटीत वाढवता येते. आपल्याकडे हे अभ्यासपत्रिकांचे विषय का होत नाहीत? या पद्धतीचे मूलभूत क्षेत्रसंशोधन किती होते? रुची घेऊन हे काम हव्या त्या गतीने का होत नाही? किंवा कृषी अवजारांचा सचिव व संदर्भांसह गाणी, त्यांचा अभ्यास किंवा शिव्यांचा अभ्यास, बैल आणि गायी यांचे ग्राम - माणूस - श्रम - समाज - संस्कृती यांमध्ये स्थान, मराठी सर्जनशील लेखनांतील पाळीव अपाळीव जीवसृष्टी-प्राणिसृष्टी अशा विषयांवर सर्व संदर्भांसह अभ्यास होताना आढळून येत नाही. तथापि, हे विषय मराठीत आलेच नाहीत, असे नाही. नवा विद्यार्थिवर्ग 'अभ्यासू' वृत्तीने यात उतरत मात्र नाही. हे सगळे विषय भरलेल्या समुद्रांतल्या दौलतीसारखे आहेत. शिवाय, नावीन्यपूर्ण, आनंदवर्धक, वेळखाऊ; पण भाषा-साहित्य संशोधनात भर टाकणारे आहेत. संशोधनात या पद्धतीच्या कामांची सतत नव्याने, नव्या प्रतिनिधींनी सुरुवात केली तर या संशोधनातले मानक (Standard) नव्या रूपात नक्की पुढे येईल, यात शंका नाही. गंजलेलेच विषय संशोधनात वारंवार येतात. पण पाणी कितीही ढवळले तरी त्यावर साय येत नाही, हे कसे पटवून द्यायचे? वाट नवी निर्मायची तरी काटे-धोंडे-दगड अडथळा करतात. हे सोसण्याची तयारी तरुणांनी बाळगणे अगत्याचेच आणि त्यांच्या भविष्यासाठी शुभच आहे.

जुने सर्व सोडा, असे म्हणायचे नाही; पण नवे जोडा हेही कळून घ्या. मराठीत जे करून ठेवलेले काम आहे ते वस्तुपाठ म्हणून वापरायलाच हवे. पण जुन्या कामांवर नवा खडू गिरवू नका. नवे काम, तुमचे तुम्ही सुरू करा. कारण संशोधनाची मुख्य दिशाच नवतेपणात आणि नवदृष्टीत असते. खूपदा, लोकगीतांचे अभ्यास होताना गाव, जिल्हा, पट्टा बदलण्यात येतो. गाणी तीच येतात. क्रियापदांची, कर्त्यांची, विशेषणांची रूपे बदलतात. भाव तोच शिळा. फक्त नवी फोडणी देऊन

मांडला जातो. प्रकरणे सगळी परिचितच वाटतात. स्वरूपचर्चा किंवा उपोद्घात-मूल्यमापन-समापन-सांगता-निष्कर्ष हे 'सत्य की फसवणूक' अशी भीती संशोधन वाचताना वाटू लागते. विधाने करून मोकळे होणारे संशोधन अंगावर काटा उभा करू पाहते. संशोधनातील हे समानतेचे धोरण शोधाच्याच नरडीला नख लावणारे म्हटले पाहिजे. हे फार बरे नाही. ते भाषा, साहित्य, समाजसंस्कृती यांनाच इजा पोहोचवणारे आहे, याचाही विचार आज ना उद्या करावाच लागेल. ही बुद्धिमंत हिंसाच (Violence) आहे. हा विचारविद्रोह पुष्कळदा स्वतःला फसवणारा आणि वाङ्मयव्यवहारात दूषितोत्पन्न स्थिती निर्मिणाराही म्हणायला हवा. तरुणांनी अशा रस्त्याने न चालावयाचा 'पण' करायलाच हवा. भोवताली 'बाजार' आहे हे कबूल; पण खरेदी काय करायचे, हे ज्याचे त्याला कळलेच पाहिजे. अन्यथा लूट वा फसवणूक अटळ आहे. बाजारातही मालप्रत पडताळता आलीच पाहिजे. चुकीच्या मार्गांचा निषेध (Taboo) नोंदवायलाच हवा. प्रलोभने बासनात बांधून ठेवून शोध, अभ्यास करायची सवय लावूनच घ्यायला हवी.

खरे बोलण्याचा एक फायदा असा असतो की, आपण काय बोललो हे लक्षात ठेवावे लागत नाही. याउलट, खोटे बोलण्याची सतत आठवण ठेवावी लागते. कारण ते विसरले तर पितळ उघडे पडावयाचे भय जवळच असते. कार्यप्रामाणिकपणा तुम्हांला झळाळीच देत असतो. ही झळाळी वाचन, वर्तन, अभ्यास, शोध यांच्यातूनच वाढत जाणे म्हणजे भाषा-साहित्याचे सौभाग्य अधिक ठसठशीत करणारीच क्रिया होय. खरे काम, खरे बोल, तुम्ही खरे असणे याचा कधीही तोटा होणार नसतो.

सोप्याकडे चटकन वळतो, पळतो आपण. शिवाय, कालबाह्य, बुरसटलेले, टाकाऊ, जीर्ण सामग्री आदी भाव आणि विचार माध्यमांतून अभ्यासकांपुढे ठेवायचे काहीच कारण नाही. 'जुने ते सोने' या वचनाचा कुठेही नि कसाही अर्थ का लावावा? पुष्कळ ग्रामीण लेखकांविषयी हा राग आहे. गावात जर कपभर दूध मिळत नसेल तर मग गायींचे, गोठ्यांचे ते पारायण लेखनात आज कशासाठी? तो गाव, तो काळ, तो अनुभव पुन्हा कशासाठी दळायचा? वडिलांनी भोगले-सोसले; ते मुलाने त्याच्या लेखनात उधारीने 'कॅश' का करायचे? माझे नाही, मी साहिलेले नाही, असे दळण दळावयाचे का, कशासाठी? जे माझ्या पदरचे नाही; जे मी अनुभवले नाही, जे मी पाहिले नाही; अशा गोष्टींबद्दल 'डिंग्या' कशासाठी मारायच्या? जे चुकते ते लेखकाला चटकन कळले पाहिजे! मोहावर झाकण टाकता आले पाहिजे.

राजन गवस यांच्या *ब, बळीचा* या कादंबरीचा उल्लेख इथे आवर्जून करायला हवा. शेती आणि समाजातील वर्तनबदल उत्तम पचवून मांडणारी सध्याची ही एकमेव कादंबरी आहे. नुसत्या अनुभवांवर किंवा भाषेच्या शैलींवर या कादंबरीची सर्जकता उभी नसून महात्मा जोतीराव फुले यांच्या स्वच्छ तत्त्वज्ञानावर ही कादंबरी उभी राहते. विशेषतः साहित्य : काल-आज; चळवळ : काल-आज, यांचाही उभाआडवा पण सूक्ष्म वेध 'ब, बळीचा'मधून लेखकाने घेतला. सर्वात महत्त्वाची गोष्ट म्हणजे कृती-विचार यांच्या बळकट प्रणालीवर ही कादंबरी उभी आहे. हे भान भसभस लेखन करणाऱ्या सर्वाहार ग्रामीण नवलेखकांना का येऊ नये? नुसत्या भाषेवर गड कसा जिंकता येईल? भाषा ही तर तुमच्या पुस्तकाची एक फांदी आहे! परंतु समग्रपण जोखण्याचे बळ आणि साधना करण्यासाठी द्यावा लागणारा वेळच आपण जवळ न ठेवल्यामुळे साहित्याच्या भाषेत आणि भाषेच्या साहित्यात मर्यादांचे साम्राज्य अधिक वाढत आहे. मराठीतील नवे लेखक त्यात जास्त अडकलेले आहेत, याचे एक कारण समावलोकनाच्या (Rebapitulation) अभावातही गवसते.

❑❑❑

# 'स्व' आणि आसमंत शोधाची लढाई

**भाषेत, वाङ्मयात रमणाऱ्यांना हे वर्ज्य नि ते स्वीकारार्ह असे मानता आणि म्हणता येत नाही. तुम्हांला कुठे काय सापडेल हे सांगता येत नाही. मन उघडे करून सारे समजून घेण्याचा समजूतदारपणा भाषेत, साहित्यात खूप कामाला येतो.**

फटाकदिशी ग्रामीण कविता कशी काय लिहून होते? शब्दशैलीवर किंवा केवळ अनुभवांवर कुठलीच बैठक नसताना कथा-कविता कशी जन्म घेते? जगातला भाषा साहित्याचा विस्तार आणि त्याचा दर्जा यांचा विचार आपण किती करतो? नवे लोक याबद्दल कसा विचार करतात? असे प्रश्नही स्वतःला पडायलाच हवेत. या प्रकारचे प्रश्न जर पडणार नसतील तर मग सर्जनशीलतेत 'प्राण' भरेल कुठून? लेखन कालजयी ठरणार तरी कसे? भ्रष्टाचारावर लिहायचे तर बाजाराची सूक्ष्म माहिती असावी. विचारप्रवण कविता मांडताना महात्मा जोतीराव फुले यांचे तत्त्वज्ञान नीट ठाऊक हवे. पर्यावरण, प्रदूषण, व्यवस्था यांवर मांडायचे तर स्थानिक, प्रदेश, वृत्ती, अडथळे, प्रयोग, प्रश्न यांचा त्या लेखकाचा जोरदार अभ्यास असायला हवा. त्याला बाहेरचे सर्व संदर्भ नीट माहिती असायला हवेत. तिकडे प्रो. महंमह युनुस काय करत आहेत किंवा सुंदरलाल बहुगुणांच्या कामाची प्रत काय आहे; शरद जोशींचे चळवळीतले योगदान अथवा मेधा पाटकर, वंदना शिवा, राजेंद्रसिंह, पी. साईनाथ, राजू शेट्टी यांची चाललेली कामे किंबहुना रोजगार

हमी योजना, शेतकऱ्यांच्या आत्महत्या, कर्जविषयक धोरण-योजना, त्यातील अंतर्विरोध हे सर्व नव्या ग्रामीण मंडळींनी सुव्यवस्थित समजून घ्यायलाच हवे. केवळ धूर उभा करून काय होणार? भाषा आणि साहित्य यांना प्रामाणिकपणातून हातभार लावायचा आणि वर्तमानाची खरी चिकित्सा करायची, तर लेखनाआधी स्वतःशी चांगले झोंबल्याशिवाय पर्याय नाही.

भाषेत, वाङ्मयात रमणाऱ्यांना हे वर्ज्य नि ते स्वीकारार्ह असे मानता आणि म्हणता येत नाही. तुम्हांला कुठे काय सापडेल हे सांगता येत नाही. मन उघडे करून सारे समजून घेण्याचा समजूतदारपणा भाषेत, साहित्यात खूप कामाला येतो. असाहित्यवाचनही साहित्याला साहाय्य करू शकते. विज्ञानातील शोध किंवा सामाजिक शास्त्रांमधील सिद्धान्त, प्रणाली यांचीही तुम्हांला मदत होते. लोक, समाज हा लेखकाचा मोठा धनाचा साठा! केवळ पोथीनिष्ठ (Doctrinaire) राहून कसे भागेल? मला अनावश्यक वाटणाऱ्या खूप गोष्टी मदतगार ठरू शकतात. मन, डोळे, डोके खुले ठेवले म्हणजे सारे समजून घ्यायला सुकर होते. भाषेच्या आणि साहित्याच्या अभ्यासाकरिता या गोष्टी आवश्यकच आहेत. समाजशास्त्राचे अंतरंग आणि शास्त्राबाहेरचा समाज व्यवस्थित कळल्याशिवाय माणूस कळत नाही किंवा माणसावर तुम्ही नेमके लिहू शकत नाही! नारायण सुर्वे म्हणतात, 'माणूस हा नगण्य प्राणी नाही. तोच या पृथ्वीचा सर्वश्रेष्ठ कर्ताधर्ता आहे, रचनाकार आहे. माणसाइतका पवित्र शब्द आपल्या शब्दकोशात दुसरा कोणताही नाही,' हे वाचकांसह लेखकांना समजून घेता यायला हवे. माणसाचे सारे पदर व्यवस्थित समजून घ्यावेत.

साहित्यात सर्वात मोठी जागा माणसालाच आहे. भाषेचेही यापेक्षा वेगळे नाही. सर्वशक्तिमान असा हा माणूस बाबुराव बागुल, वामनदादा कर्डक, नामदेव ढसाळ, संत गाडगेबाबा, बहिणाबाई चौधरी, व्यंकटेश माडगूळकर, अरुण काळे, कमल देसाई, शंकर पाटील, भालचंद्र नेमाडे किंवा रा. रं. बोराडे, महादेव मोरे, व. बा. बोधे, फ. मुं. शिंदे, रंगनाथ पठारे, तुकाराम धांडे, अजीम नवाज राही, सदानंद देशमुख, कविता महाजन, नीरजा, प्रज्ञा पवार, इंद्रजित भालेराव, प्रफुल्ल शिलेदार, राजन गवस, विठ्ठल वाघ, लक्ष्मीकांत तांबोळी, राजा मुकुंद किंवा त्र्यंबक सपकाळे, केशव मेश्राम, दया पवार, अविनाश डोळस, शरणकुमार लिंबाळे अशा पुष्कळ महत्त्वाच्या प्रतिभावंतांनी स्वतःच्या सिद्धहस्त क्षमतेने साहित्यात उभा केला. 'माणसां'च्या क्षमता दाखवून दिल्या. त्यांचे संघर्ष, त्यांचे प्रश्न आणि त्यांची प्रतिमा यांना लेखनात प्रबळ जागा दिली. हे महनीय कार्य अनेक लेखकपिढ्या करत आल्या आहेत.

*भाषेच्या आणि साहित्याच्या अभ्यासाकरिता या गोष्टी आवश्यकच आहेत. समाजशास्त्राचे अंतरंग आणि शास्त्राबाहेरचा समाज व्यवस्थित कळल्याशिवाय माणूस कळत नाही किंवा माणसावर तुम्ही नेमके लिहू शकत नाही!*

माणसांकडून स्फूर्ती (Inspiration) घेत लेखक, माणसाच्या पुढे जातो. माणसाला वजाबाकीत टाकून लेखक मोठा होत नाही; समाज पुढे जात नाही. कदाचित म्हणूनच, 'माणसामाणसांतील सहकार्य व स्नेह वाढवण्यात आपण लेखकांनी हातभार लावला पाहिजे. वाङ्मयाने माणसाचा हृदयविस्तार झाला पाहिजे,' असे मत यशवंतराव चव्हाण यांनी मांडले, ते समुचितच आहे. भूमिका आणि दृष्टी विविधतापूर्ण असली तर सर्वच लेखक माणसाच्या हिताचाच स्वर घेऊन बोलतात आणि लिहितात.

भाषेच्या, साहित्याच्या लेखनात, वाजनात, पाठ्यक्रमातही प्रयोग अनिवार्य मानायला हवेत. जुन्या चार-दहा पुस्तकांतच बांधलेली भाषा अजून किती दिवस शिकत बसणार? या आधी सांगितल्याप्रमाणे, ढोल, भाषा आणि जीवन किंवा डॉ. देवींचे भाषा सर्वेक्षण यांनी हाती घेतलेल्या भाषा प्रकाशन आणि भाषा उपक्रमांकडे सर्वांनी सक्रिय भूमिकेने बघायला हवे. अशा वाटेने जाण्याची तयारी करायला हवी. साहित्याच्या स्वीकारातही नवी नजर स्वीकारायला हवी. अशी स्वीकाराची सुरुवात झाली, परंतु पूर्ण समाधान अजूनही होत नाही. जुने बावनकशी सोने तर उपयोगात ठेवायचेच आहे; पण नवे खूप येत आहे, नव्या भाषेचे साहित्य घेत आहे, नवे संघर्ष, नवी आव्हाने घेऊन साहित्य आले, येत आहे. अशा भाषाप्रणीत, संघर्षप्रणीत साहित्याला आपण मन मोठे करून, गौरवाने मोठी जागा द्यायला हवी. यासाठी जुनाटांनी जागा मोकळी करून द्यायला पाहिजे. अशा होण्यामध्येच, अशा परिवर्तनामध्येच वर्तमानीकरणाचे न्यायवितरण सामावले आहे. तेलुगू, कन्नड, तमिळ, गुजराथी, पंजाबी, उर्दू, सिंधी, कोंकणी किंवा इंग्लिश अशा विविध भाषांमधील 'अक्षर' वाङ्मय मराठीत घेऊन येणाऱ्या मराठीमध्ये महत्त्वाच्या प्रकाशन संस्था, साहित्य अकादमी किंवा नॅशनल बुक ट्रस्ट यांच्यासारख्या सुप्रतिष्ठित संस्था आज महत्त्वाचे आणि वाचनसंस्कृती उन्नयनाचे श्रेष्ठ कार्य करतात. हे साहित्य वाचायला नव्या पिढीने तुटून पडायला हवे. यामुळे भानवृद्धी होईल. अभिरुची उत्तम होईल,

तौलनिक विचारदृष्टी छान होईल. भाषाविस्तार तर होईलच; पण त्यासमवेतच संस्कृती आणि मनविस्तारही निश्चितच होईल. आज इतका विस्तार साधलेल्या मराठी विज्ञान वाङ्मयालाही मराठीच्या अभ्यासात आणि संशोधनात मोठी जागा द्यावी. कारण विज्ञान साहित्याच्या अभ्यासाची सर्वकालिक निकड आहेच. मराठीत विज्ञानलेखक मोठ्या प्रमाणात आहेत. या लेखनाला दर्जा आहे. शिवाय नवनवीन सत्य आणि सिद्धान्तांना त्यात जागा आहे. या प्रकारचे साहित्य भाषा-वाङ्मयात जास्तीचे समाविष्ट करून घेण्यामुळे मराठीचे कक्षाद्वार रुंदावेलच. नव्या पिढीला यामुळे प्रेरक आणि नवे भान प्राप्त होईल. सर्व चळवळींचा सारांश स्वीकारणारे नव्या भान-भूमिकेचे अक्षर साहित्य आपल्या समाजाच्या चिंतनाचा, संशोधनाचा विषय बनणे म्हणजे खरेखुरे साहित्याचे वर्तमानीकरण!

डोंगरपहाडांतील समाजांच्या आणि खेडीतांडे यांच्या बोली आज मोठ्या प्रमाणात साहित्य-कला-संस्कृती-संगीत यांतून आल्या आहेत. ही महत्त्वाची सर्जक संस्कृती वर्तमान भाषा साहित्य-संस्कृतीच्या मुख्य प्रवाहाचा विषय व्हायलाच हवी. हक्क, अधिकार, स्थान, समीक्षा यांच्यापासून मूळ आणि खरा असणारा प्रवाह दूर होता, तो मुख्य प्रवाहात पूर्णतः यायला हवा. कारण गुणवत्ता, सामर्थ्य, नावीन्य आणि अस्सल बीजे ही या प्रवाहाची मुख्य ओळख आहे. गुणात्मक (Qualitative) स्वरूपाच्या कसोटीला पूर्णतः उतरलेले नवीन सर्व प्रवाहांचे भाषा साहित्य नव्या पिढीचीही गुणवत्ता व मुद्रा निश्चितच बदलून टाकायला मदतच करील.

❑❑❑

# सगळे आभाळच तळहातांवर...

**श्री तुकाराम महाराज यांची गाथा घरात मावत नाही. जगाची आणि युगाची ती गाथा झाली आहे. भाषेचे आणि साहित्याचेही 'आकाशपण' आणि 'पृथ्वीपण' याच वंशाचे आहे. सगळ्यांना आकाश 'आपले' वाटते. या आपलेपणात सहभागीकरण आणि समावेशीकरण सामावलेले आहे.**

भाषा आणि साहित्य हा चार खोल्यांच्या घरात ठेवायचा विषय नव्हे. त्यावर पहिला अधिकार समाजाचा आहे; नंतर अभ्यासकांचा. श्री तुकाराम महाराज यांची गाथा घरात मावत नाही. जगाची आणि युगाची ती गाथा झाली आहे. भाषेचे आणि साहित्याचेही 'आकाशपण' आणि 'पृथ्वीपण' याच वंशाचे आहे. सगळ्यांना आकाश 'आपले' वाटते. या आपलेपणात सहभागीकरण आणि समावेशीकरण सामावलेले आहे.

आजचा काळ तर वेगाला जोडून असणारा काळ आहे. संगणकाची खिडकी मान्य असणारा हा काळ, बंधनाची कुठलीच अन्य खिडकी मानणारा नाही. तशी खिडकी तोडणारा हा काळ आहे. या काळात कुलूप किल्ली कमरेला बांधून फिरता येत नाही. काळ हाच नायक आहे. या काळाची एक भाषा आहे. या भाषेच्या आभाळाखाली सारे उभे आहेत.

म्हणून हे शिका, ते शिकू नका; असे उच्चारही या काळात गुन्हा ठरतात. ज्ञानक्षेत्रात व वर्तमानात असे गुन्हे माफ होत नाहीत. भाषा विविधविस्तारी आहे.

तिच्या संशोधनाचे सर्व दरवाजे उघडे आहेत. साहित्य बहुआयामी आहे. साहित्याची विस्तारशीलता प्रचंड आहे. इतकी की, समीक्षेलाही आपली काच छान पुसूनच या विस्तारशीलतेकडे बघायला हवे. दिगंतापलीकडे उरणारे हे भाषेचे आणि साहित्याचे अरण्य ज्ञानवाचक सर्व पिढ्यांकरिता शोध आणि सौख्य यास्तव अगदी मोकळे आहे. या मोकळेपणातच वर्तमानाचे सापडणे आणि भविष्याचे प्राप्त बळ आहे.

बाजार, व्यवहार, वर्तमान या तीन मुद्द्यांचा विचार शेतकरी करतो. त्यानुसार शेतीतल्या पीकरचनेत तो बदल करतो. घामाच्या धारांसोबत दामाचा विचार एव्हाना त्याने सुरू केलेला आहे. कालनिष्ठ प्रकारचे बदल भाषेच्या आणि साहित्याच्या निवडीत सुरू झालेले आज पाहावयास मिळतात. साहित्याची बोली आणि समाजातील बोली यांवर ठळक काम तरुण, अभ्यासक, प्राध्यापक, लेखक करत आहेत. नव्वदच्या दशकांपर्यंत किंवा त्याआधी, भाषेतील पदवी-पदव्युत्तर अभ्यासक्रम ज्या मुद्रांचे होते, तसे ते अर्थातच राहिलेले नाहीत. काळ, स्थिती, वर्तमान, पिढी आणि गरज यांचा अंगीकार आणि विचार हा या अभ्यासक्रमांतून जो दिसतो, तो यथार्थच म्हणायला हवा.

परिसर, प्रज्ञा, विद्यार्थी, वातावरण यांचे सिंहावलोकन (Resume) करत स्वामी रामानंद तीर्थ मराठवाडा विद्यापीठाच्या आमच्या भाषा, वाङ्मय व संस्कृती अभ्यास संकुलात अभ्यासाची, काळाची, पिढीची, गरजांची आणि कौशल्याची नवी दिशा ओळखून नवे मोठे बदल आम्ही केले आहेत. भाषा-साहित्याचे असलेले 'तदर्थ अभ्यास मंडळ' नव्या नजरेने भाषेत, साहित्यात उतरले आहे. प्रस्तुत अभ्यास मंडळाचा मी अध्यक्ष असताना अधिष्ठाता अभ्यास मंडळ चेअरमन आणि माझे सहकारी प्राध्यापक यांच्या बौद्धिक साहाय्याने, एकविचाराने आम्ही भाषेचा, साहित्याचा नवा अभ्यासक्रम पुढे आणला. महाराष्ट्रातील, प्रायः भारतातील काही महत्त्वपूर्ण विद्यापीठांमधून चालत असणारे अभ्यासक्रम अभ्यासले. त्यावर एकमुखी विचार केला आणि काळाचा आवाज जाणून घेत, नव्या पिढीच्या रुचींचा विचार करत, वर्तमान भाषास्थिती समजून घेत, महत्त्वाचे म्हणजे ज्ञान आणि समाज, पिढ्या आणि निकड यांचा स्वर अजमावून घेत भाषा संकुलाचा अभ्यासक्रम होईल तितका उत्तम करण्याचा प्रयत्न आम्ही केला. प्राध्यापकांच्या अध्यापनाला विद्यार्थी सहभागाची अनिवार्य जोड दिली. संकुलाचा विद्यार्थी भाषासाहित्यात 'तयार' कसा होईल, याकडे आम्ही लक्ष दिले आहे. मराठीसाठी आवश्यक असणाऱ्या पायाभूत अभ्यासपत्रिकांना कोणताच धक्का न लावता पर्यायी नव्या पत्रिका भाषा संकुलात

हे शिका, ते शिकू नका; असे उच्चारही या काळात गुन्हा ठरतात. ज्ञानक्षेत्रात व वर्तमानात असे गुन्हे माफ होत नाहीत. भाषा विविधविस्तारी आहे. तिच्या संशोधनाचे सर्व दरवाजे उघडे आहेत. साहित्य बहुआयामी आहे. साहित्याची विस्तारशीलता प्रचंड आहे. इतकी की, समीक्षेलाही आपली काच छान पुसूनच या विस्तारशीलतेकडे बघायला हवे. दिगंतापलीकडे उरणारे हे भाषेचे आणि साहित्याचे अरण्य ज्ञानवाचक सर्व पिढ्यांकरिता शोध आणि सौख्य यास्तव अगदी मोकळे आहे. या मोकळेपणातच वर्तमानाचे सापडणे आणि भविष्याचे प्राप्त बळ आहे.

आम्ही सुरू केल्या.

यातून एक कळले की, विद्यार्थी आवडीने शिकू लागले. अभ्यास त्यांच्या आनंदाचाही भाग झाला. नावीन्यामुळे आपण यात नवे काही शिकत आहोत, असा आनंद आणि समाधानही त्यांना मिळू लागले. 'साहित्याचे समाजशास्त्र' अशी अभ्यासपत्रिका आम्ही एम.ए.करिता तयार केली. 'साहित्य हा समाजाचा आरसा आहे,' या वचनाचा गाभा साधार स्पष्ट करणारा हा एक वेगळा अभ्यास मुलांनीही स्वीकारला. नवेपणा आणि गुणवत्ता यांचा समन्वय साधणारी एक दृष्टी आम्ही विकसित करण्याचा प्रयत्न केला. नवी पिढी याला पाठिंबा देते, याचा जास्त आनंद आम्हांला झाला!

प्रयोजनाचे (Motivation) चिंतन करून नव्या दृष्टीतून आम्ही 'प्रसार माध्यमांसाठी लेखन' असाही अत्यंत महत्त्वाचा अभ्यास भाषेच्या संकुलात सुरू केला. प्रिंट आणि इलेक्ट्रॉनिक माध्यमांनी नव्या पिढीपुढे तेजाच्या राशी खुल्या केल्या आहेत. यात जर सरशी झाली तर तरुणाई शिक्षणाचे सोने करील, हा धागा आम्ही धरला आणि प्रसारमाध्यमांसाठी लेखन असा पेपर संकुलात सुरू केला.

सांस्कृतिक पद्धतीने साहित्याचा मोर्चा कविता, गीते, जाहिराती, घोषवाक्य, चित्रमयता आणि कथा/पटकथा/संवाद या मार्गांकडे वळवता येईल. आज काळ हे सांगतो की, एखादा कवितासंग्रह जर पटकथेतून, गीतांमधून एखाद्या माहितीपटातून पुढे नेला तर सर्जनशील लेखनाची गुणवत्ता जपत चांदी करता येते. वृत्तपत्र कसे वाचावे, त्यातले काय वाचावे, त्यातले काय जतन करून ठेवावे, याचे व्हिजन

द्यायला हवे. रेडिओ कसा ऐकावा? श्रवणाचे महत्त्वमापन कसे करावे? ध्वनिमुद्रण आणि भाषा, मुलखात आणि प्रश्न, वेळेचे गणित आणि ऑल इंडिया रेडिओ (AIR) औचित्य आणि परिणाम किंवा चित्रपटमालिकांसाठी कवी-कथाकारांची नवी गरज, या विषयीचे सर्व बारकावे शिकवण्याची आम्ही शिकस्त करतो. काही काळानंतर यातील यश छान मोजता येईल. अप्रतिम चित्रपट, माहितीपट, प्रदर्शित करणे, त्यावर चर्चा करणे, AIR केंद्राला भेट देणे, तेथील सर्जक, तांत्रिक अभ्यास करणे, ध्वनिमुद्रणाचे अनुभव विद्यार्थ्यांना प्रत्यक्षात देणे या महत्त्वपूर्ण बाबींकडे आम्ही लक्ष पुरवले. केवळ पुस्तकी, केवळ एकमार्गीय अध्यापन रीत न अवलंबता संकुलातील मुलांचा अभ्यासात सहभाग वाढवायला आम्ही सुरुवात केली. वाचन, वातावरण, स्वभाव यातल्या शक्यतांचे (Possibility) चिंतनही केले. यामुळे अभ्यास हे मुलांना जड वाटले नाहीत. त्यांचा प्रत्यक्ष सहभाग त्यात राहिल्यामुळे एम.ए. करता-करता त्यांना आनंद आणि नावीन्य या दोन गोष्टीही मिळू लागल्या, हा अनुभव आम्ही घेतला.

याप्रमाणेच, एम.ए. मराठी वा इंग्लिश शिकता-शिकताच त्यांना फ्रेंच वा स्पॅनिश भाषा अवगत करण्याची ऐच्छिक संधी आमच्या भाषा संकुलात आम्ही उपलब्ध करून दिली. विद्यार्थ्यांना बहुभाषी होण्याची एक सुवर्णसंधी आणि आजच्या काळाची ती एक अनिवार्यता हा मुद्दा ओळखून मराठीत करिअर करतच आमचा विद्यार्थी परकीय भाषांचा पायाभूत अभ्यास लीलया करू शकतो. 'स्काय इज द लिमिट' या वचनाचा हा एक प्रत्यय आहे. नियम जपायचे; पण बंधनात विद्यार्थी अडकू द्यायचा नाही. जोखड म्हणून अभ्यासविचार करायचा नाही. संधींचा उपयोग करायचा आणि काळाला धरून ज्ञानसिद्धी करायची, या आमच्या नवधोरणाला तरुणाईने, पालकांनी साद दिली, प्रतिसाद दिला. हित सामावलेली परंपरा मोडू नये तर आकाश खुले करणारा पर्याय नाकारू नये, हा शिरस्ता भाषा साहित्याच्या नवअभ्यासात आज मिसळू लागला आहे. त्याची सुचिन्हे विद्यापीठांच्या अभ्यासांमध्ये सर्वत्र दिसू लागली आहेत.

❑❑❑

# प्रयोगाला लाभलेले होकार

**दर्जासाठी आग्रह आणि नव्या संधींचा सदुपयोग हा योग साधला तर भाषेचे तापमान हे पिढीपोषक राहते आणि साहित्याच्या वर्तमानीकरणाचा विचारही अलक्षित राहत नाही. भोवताल, समाज, युवा, निकड आणि सौख्य यांचाच विचार अभ्यासात महत्त्वाचा; याचे महत्त्व जाणणारी जाणीव वाढत आहे.**

आदिवासी भाषा, समाज, संस्कृती, प्रांत, साहित्य यांनाही अभ्यास म्हणून भाषा संकुलात आम्ही मोठी जागा प्रदान केली. हा साहित्यप्रवाह अतिशय कसदार, मूलभूत आहे. भाषेची, साहित्याची एक अस्सल संस्कृती या प्रवाहाने देशाला प्रदान केली. खूप दुर्लक्षित परंतु प्रतिभावंत लेखक या प्रवाहाने देशाला दिले. या प्रवाहाचा विचार संकुलात प्राधान्याने करण्यात आला. वाहारू सोनावणे, विनायक तुमराम, प्रभु राजगडकर, भुजंग मेश्राम, उषाकिरण आत्राम, गावीत, एकनाथ सोनवणे, जिवा सोमा मशे आणि इतर सर्व पिढ्यांतील मान्यवर लेखकांच्या साहित्याचा इतिहास केंद्रवर्ती ठेवून आदिवासी साहित्यप्रवाहासंबंधीचे चिंतन नव्या पिढीपुढे ठेवले. डॉ. वैजनाथ अनमुलवाड हा माझा सहकारी यासाठी पुढे आला. या प्रवाहांत कष्टपूर्वक योगदान देत डॉ. अनमुलवाड हा तरुण चिंतक आदिवासी साहित्यसंस्कृतीच्या इतिहासाची नवी मांडणी करण्यासाठी खूप वेळ देऊन काम करतो आहे. डॉ. गणेश देवी यांच्यासारख्या जागतिक कीर्तीच्या युगंधराची सदिच्छा लेवून हा अभ्यासक काम करतो आहे. डॉ. अनमुलवाड उद्या या क्षेत्रातला मोठा, आश्वासक अभ्यासक

म्हणून पुढे येईल. भाषा संकुलाची ती एक अनोखी उपलब्धी असेल. नव्या दृष्टीला घेऊन निघालेल्या भाषा साहित्य अभ्यासातले भाषा संकुलाचे हे एक ठळक वैशिष्ट्य ठरायला हवे. मूल्यनिकष समोर ठेवून आम्ही उचललेले हे पाऊल खडकावर न पडता मातीवर पडेल व रुजेल!

दर्जासाठी आग्रह आणि नव्या संधींचा सदुपयोग हा योग साधला तर भाषेचे तापमान हे पिढीपोषक राहते आणि साहित्याच्या वर्तमानीकरणाचा विचारही अलक्षित राहत नाही. भोवताल, समाज, युवा, निकड आणि सौख्य यांचाच विचार अभ्यासात महत्त्वाचा; याचे महत्त्व जाणणारी जाणीव वाढत आहे. आपले अभ्यास यावरच सकेंद्रित व्हायला हवेत. विद्यापीठीय भाषादिशा आणि साहित्यदिशा अशा दिसू लागल्या आहेत, हे अपूर्व समाधानाचे द्योतक म्हणायला हवे.

केवळ प्रयोगासाठी म्हणूनच कटिबद्ध न राहता विद्यार्थ्यांना नवे देत जावे आणि अभ्यास हा विषय त्यांना ताजा वाटत राहावा, कालसमातंर वाटावा, ही दृष्टीही या अभ्यासातून दूर होऊ दिलेली नाही. जिथे प्राध्यापक थांबतो, तिथून पुढे झपाट्याने विद्यार्थी पुढे जातो, याबद्दल दुमत वाटत नाही. समाजात नवे उगवणारे, साहित्यात नवे जन्मणारे, प्रयोगवादी, परिवर्तननिष्ठ आणि जनाभिमुख जे-जे येते, ते-ते भाषेत, साहित्यातही विलीन होते! हे महत्त्वाचे विलीनीकरण आम्ही अभ्यासात आणू पाहतो. स्वागतशील आणि समाधानाने टाकलेली ही पावले आहेत. ही पावले मातीवर उमटतील आणि प्रभावही दर्शवतील!

भाषा, प्रतिभा, सर्जनशीलता, प्रियता आणि जनपाठिंबा या दृष्टीने 'जाहिरातलेखन' हा पेपर एम.ए.च्या साहित्याभ्यासात चर्चेअंती आम्ही निश्चित केला. यात आवड आढळली. संधी दिसल्या आणि काळाचा आवाजही ऐकता आला. यातून विद्यार्थ्यांमधल्या कवी-लेखकांचा वेगळा हुरूप वाढला.

'संस्कृती अभ्यास', 'बोली अभ्यास' या दोन महत्त्वाच्या अभ्यासपत्रिका स्वामी रामानंद तीर्थ मराठवाडा विद्यापीठाच्या भाषा संकुलात सुरू करण्यात आल्या. यांमध्ये करिअर करण्याचे अनेक मार्ग लपलेले आहेत. कष्ट घ्यायची टक्केवारी यात वाढीस लागली तर जागतिक बँकांनी जे भाषिक सर्व्हे हाती घेतले, त्यात तरुणाई उडी घेईल. कोशवाङ्मयात ही पिढी उतरेल. देशातील प्रकाशन संस्थाही त्यांना उचलून घेतील. भाषांवर काम करणाऱ्या जगातल्या संस्थाही त्यांना बोलावून घेतील. भाषेतील भरीव काम यातून पुढे जाईल. हे काम वेळखाऊ असेल, तत्काळ फळाची अपेक्षा निष्फळ ठरवणारे असेल; पण इमानेइतबारे व प्रचंड

केवळ प्रयोगासाठी म्हणूनच कटिबद्ध न राहता विद्यार्थ्यांना नवे देत जावे आणि अभ्यास हा विषय त्यांना ताजा वाटत राहावा, कालसमातंर वाटावा, ही दृष्टीही या अभ्यासातून दूर होऊ दिलेली नाही. जिथे प्राध्यापक थांबतो, तिथून पुढे झपाट्याने विद्यार्थी पुढे जातो, याबद्दल दुमत वाटत नाही. समाजात नवे उगवणारे, साहित्यात नवे जन्मणारे, प्रयोगवादी, परिवर्तननिष्ठ आणि जनाभिमुख जे-जे येते, ते-ते भाषेत, साहित्यातही विलीन होते! हे महत्त्वाचे विलीनीकरण आम्ही अभ्यासात आणू पाहतो. स्वागतशील आणि समाधानाने टाकलेली ही पावले आहेत. ही पावले मातीवर उमटतील आणि प्रभावही दर्शवतील!

मेहनत! सहनशीलतेने बोली संस्कृतीच्या अभ्यासाकडे पाहता येते; जाता येते. मुलांचे डोळे आणि त्यांचा विचार खुला करण्यासाठीचा हा खारीचा वाटा आहे. पण तो दुर्लक्षिण्याजोगा नाही. कारण ही दृष्टी नवीनतम आहे. साचेबंद (Stereotype) नाही.

❑❑❑

# आकाश-जमिनीतील वजन समजून देताना

**कुठेही, खरे तर जो शिकवतो तो महत्त्वाचाच, तथापि जो शिकतो तो त्यापेक्षाही महत्त्वाचा असतो. याचे कारण यात पहिल्यापेक्षा दुसरा ठळक आहे. पहिल्याचे करिअर बनले आहे. दुसऱ्याचे बनणार आहे!**

विद्यार्थ्यांच्या इच्छांचा, निवडीचा आणि आवडीचा विचार बंद करणारा हेतू आम्ही मनात ठेवलेला नाही. खुलेपण तर अग्रभागी आहेच; पण त्याबरोबरच त्यांच्या पदरात मौलिक पडावे, ही धारणाही शाबूत ठेवलेली आहे. अशा धारणा, असे हेतू बाळगत महाराष्ट्रातील पुष्कळ विद्यापीठांनी आपले भाषा-साहित्याचे पाठ्यक्रम अद्ययावत केले आहेत. ही बदलाची निरामय हवा विद्यार्थ्यांच्या अध्ययन, संशोधनाला अर्थातच साहाय्य करणारी आहे. अमराठी प्रांतातील मराठी भाषा आणि वाङ्मय अथवा तुलनात्मक साहित्य, मराठीतील लोकप्रिय वाङ्मय, मराठीचे विचार वाङ्मय, मराठीतल्या निवडक बिनीच्या वाङ्मयीन अनियतकालिकांचा इत्थंभूत अभ्यास, चळवळींचा अभ्यास, समाजाचा अभ्यास, चळवळीचे साहित्यशास्त्र, ऐंशीनंतरच्या आणि विशेषतः आजपर्यंतच्या महानगरीय साहित्याचा अभ्यास, पाठ्यपुस्तकांचा अभ्यास; या पद्धतींच्या ऐच्छिक नव्या- नव्या अभ्यासक्रमांचा अभ्यास विद्यार्थ्यांना करण्यासाठी भाषा संकुलाने शिक्षणाचे दार खुलेपणाच्या जाणिवेने उघडून ठेवलेले आहे.

शिकवणे, विद्यार्थ्यांकडून कार्य करून घेणे, अव्वल, अक्षर जे आहे ते

त्यांना मिळवून देणे, वाचले का ते पडताळून पाहणे आणि सतत त्यांच्यासोबत बोलत राहणे, चर्चा करणे यावरही भाषा संकुल भर देत राहते. यामुळे तरुणाईची स्वच्छ धिटाई वाढत गेली. आत्मविश्वासाचे कोंभ तरारले. भीती संपुष्टात आली. उच्चारात आणि स्वभावात विकास झाला आणि संकुलात दररोज येण्याविषयीची ओढ वाढीस लागली. एकेका सत्रातल्या एकेका पेपरमुळे बळ आणि भान नक्कीच वाढले. भाषा संकुलाने सुरू केलेला हा सकारात्मक, दर्जा जपणारा लहानसा प्रयत्न मला खूप ठळक वाटतो आणि आश्वासकसुद्धा! नव्या पिढीच्या वृत्तीत (Spirit) बदल घडवणारी ही घटना फलद्रूप ठरणारी जशी आहे, तद्वतच भाषा आणि वाङ्मय व्यवहाराकडे मूलादर्श (Exemplar) म्हणूनही पाहावी अशीच आहे.

माझ्या भोवताली खूप मुद्रणस्थळे आहेत. दैनिक-साप्ताहिकांच्या कचेऱ्या आहेत. प्रकाशन संस्थाही आहेत. सभोवताली विद्यापीठे आहेत. आकाशवाणी केंद्रे आहेत. खासगी स्वरूपाचीही खूप प्रसारकेंद्रांची सुंदर दाटी माझ्या भोवताली आहे. पण गुणी, वेळ पाळणारी, नेमके बोलणारी, लिहिणारी माणसे पाहिजेत तशी मिळत नाहीत, असा सूर कानांवर पडतो! परंतु अभ्यासातील बदल आणि या पद्धतीने बदलत गेलेले विद्यापीठांचे निकाल भोवतालच्या गरजांना प्रतिसाद देतील आणि नकारार्थी सूर होकारार्थी होतील! मराठी अशा दिशांनी गती घेऊ लागलेली आहे, यात शंका नाही.

कुठेही, खरे तर जो शिकवतो तो महत्त्वाचाच, तथापि जो शिकतो तो त्यापेक्षाही महत्त्वाचा असतो. याचे कारण यात पहिल्यापेक्षा दुसरा ठळक आहे. पहिल्याचे करिअर बनले आहे. दुसऱ्याचे बनणार आहे! म्हणूनच अभ्यासकांनी, अभ्यासकांच्या चर्चांसाठी आणि मंथनासाठी भाषेत तसेच साहित्यात होणारे बदल मोजणे महत्त्वाचे आहेच; पण शिक्षणात उतरलेल्या तरुणाईचा या संदर्भात अधिक विचार होणे क्रमप्राप्त आहे, असा विचार वाढू लागला आहे. साहित्यक्रमातील बदल हा त्याचाच भाग आहे. कारण पुस्तकी (Bookish) आणि भोवतालवादी अशी उभयपक्षी दृष्टी या बदलांमागे जपलेली आहे. परंपरा आणि नवता असा हा संयोग आहे.

अभ्यासक्रमांच्या पुढे जाऊन भाषेचा, बोलींचा आणि वर्तमानीकरण पचवत समोर आलेल्या साहित्याचाही विचार नव्या स्वरूपात केला जाऊ लागलेला आहे. हा महत्त्वाचा बदल सत्तरचे, ऐंशीचे, नव्वदचे, दोन हजारचे आणि आजचे दशक निरखून पाहिले तर पटकन जाणवेल. आपण फार लांब जरी गेलो नाही,

तरी आजच्या उपलब्ध साहित्याकडे, मराठीतली कविता, कथा, कादंबरी, नाटक, आत्मकथा यांच्याकडे कटाक्ष टाकला तर क्रांतिकारक बदलांचा अदमास आपणास येईल. त्यात भाषेचे तापमान समजून येईल आणि ठळक जाणवावे एवढे साहित्याचे वर्तमानीकरणही कळेल. हे सर्व बदल स्पष्ट आहेत, महत्त्वपूर्ण आहेत आणि लक्षणीयही! या सर्व बाबींचे व्यवस्थित विशदीकरण (Elucidation) आता सुरू झाले आहे.

ज्यांच्या घरात पाटीलेखनाचा गंध नव्हता, अशा असंख्य लेखकांनी या चालू दशकात जवळजवळ सर्व साहित्याच्या प्रकारांमध्ये मूलभूत साहित्यनिर्मिती केलेली आहे. पुस्तकांची उदाहरणे घेतो म्हटले तरी एक नवा लेख त्या संबंधाने तयार होईल; इतकी मोठी ती संख्या होईल. पण या लेखकांनी संस्कृतीसह बोली पुढे आणली आहे. आपल्या स्वप्नांतही मावू नये, असे भयंकर जग त्यांनी पुस्तकांतून आणलेले आहे. संघर्षांचे घणाघात, रक्त गोठवणारे अनुभव, काळजांना भिडणारी भाषा, अचंबित करून सोडणारे संवाद, अर्थपूर्ण प्रतिमानिर्मिती, भयंकर जगण्याचा भयंकर पट, परिवर्तनाचा साक्षेपी विचार आणि वेदना-विद्रोहाची नवीच मांडणी; अशा विलक्षण महत्त्वाच्या बाजू आज साहित्यातून आल्या. हे अवघे भाषेतलेही नवे तापमान आहे; जे विश्वासक, क्रांतिकारक, सध्याचे, आणि विराट अशा प्रकारचे आहे. हे साहित्याचे वर्तमानीकरण जसे लेखक मांडत आहेत, तद्वतच संमेलनांची नवनवी व्यासपीठे, विद्रोही मंच, प्रबोधनाचे जलसे, नव्या प्रबुद्ध चळवळी, परिवर्तनांची पीठे, सांस्कृतिक विविध मंच, नवी आलेली नियतकालिके, नवे ग्रंथ, नव्या पुस्तिका, सभा, पुरवण्या आणि भेटी, चर्चा, वाद, संवाद, प्रश्नोत्तरे अशा महत्त्वाच्या माध्यमांमधून भाषा तापमान आणि वर्तमान साहित्य उभे राहिलेले आहे.

भयंकर जगण्यातून स्वतःची वाट काढत आणि कःपदार्थ उत्पन्न असणाऱ्या व्यवसायांमधून उसंत काढत अनुभवांचे आणि भाषेचे मोठे धन घेऊन आज कवितासंग्रह, कादंबऱ्या, नाटक, कथासंग्रह, आत्मकथा मराठीत आल्या आहेत. यात कवितासंग्रह आणि आत्मकथा यांची संख्या प्रचंड आहे; शिवाय प्रचंड गुणवत्ताही! दशकांचा हिशेब केला तरी मराठीतील अप्रतिम पुस्तकांची ही संख्या शतकाचा आकडा ओलांडेल इतकी आहे. पण, या लेखनाची समुचित समीक्षा अजून झालेली नाही. विद्यापीठांच्या अभ्यासक्रमांत हे लेखन प्रविष्ट झाले असले तरी तराजूचा न्याय त्यांना अद्याप मिळाला आहे, असे म्हणता येत नाही. पारितोषिकांचे बळ, अनुवादांनी रुंदावलेली कक्षा, व्यक्त व्हायला उपलब्ध व्यासपीठे,

अभ्यासक्रमांमध्ये स्थान, परीक्षणांची मिळालेली स्थळे आणि नव्या अनुभवांची घेतलेली दखल, या सर्व गोष्टी आजच्या मराठी समकालीन लेखकांना प्रकाशाचा पथ देणाऱ्या आहेत. महानगरांमधूनच अथवा महान प्रकाशन संस्थेकडूनच आपला अनुभव उजेडवंत व्हावा, अशीही स्थिती आज उरलेली नाही. तंत्रज्ञानाचा सुंदर स्फोट झाल्यामुळे जो तो लेखक त्याच्या गावामधून अनुभव छापू लागला. सर्व साधनांचा उपयोग तो करू लागला आणि पुरस्कारांची नवी क्षितिजे त्याचे स्वागत करू लागली! भाषेच्या आणि साहित्याच्या गुणवत्तेचे हे सर्व स्वरूप मला फारच महत्त्वाचे व नोंदणीय वाटते.

मराठीत नव्या वाङ्मयीन पत्रिका आल्या. स्थिर झाल्या. विचार घेऊन, भूमिका स्वीकारून त्या दाखल झाल्या. पुष्कळ अंशी लेखक नवे आले. संपादक नवे आले. स्वतःच्या मतांशी ठाम असणारे संपादक तयार झाले आहेत. नकोचा निषेध आणि नव्यांचे स्वागत, ही आजच्या नववाङ्मयीन पत्रिकांनी घेतलेली भूमिकाही महत्त्वाची आहे. भाषेचे नवे तापमान दाखवणारीच ही दिशा आहे. साहित्याचे वर्तमान या नियतकालिकांच्या नजरांमधून बघणे गैर ठरवता येणार नाही : मुक्त शब्द, साधना, नवअनुष्टुभऐवजी, खेळ, अतिरिक्त, कविता-रती, नवाक्षर दर्शन, ऊर्मी, तिफण, फडकी, मुराळी, पैलू, युगवाणी, प्रतिष्ठान, ग्रंथसखा, परिवर्तन, इत्यादी.

परिवर्तनाचा वाटसरू, अक्षरगाथा, सक्षम समीक्षा किंवा अनाघ्रात, नवी सनद, काव्यसंग्रह, साक्षात असा पन्नासचा आकडा ओलांडून पुढे जातील एवढ्या मराठीतून पत्रिका निघतात. यातील बहुतांश संपादक नव्या दमाचे व तरुण आहेत. भाषेच्या विकासातील त्यांची जबाबदारी आणि कामगिरी लक्षात घ्यावी, अशाच स्वरूपाची आहे. समीक्षा-विचाराला पुढे घेऊन जाईल, अशी क्षमता या संपादकांमध्ये आहे आणि वाङ्मयाच्या वर्तमानीकरणाचा जर आडवाउभा तपास करावयाचा तर या निर्देश केलेल्या संपादक दृष्टीचा, त्यांच्या पत्रिकांचा विचार हा करावाच लागेल. मराठी भाषेचा सांप्रतकालीन डौल आणि मराठी साहित्याचा सध्याचा चेहरा वैशिष्ट्यपूर्ण, विविधतासंपन्न आणि हुरूप टिकवणारा आहे.

खूप संधी उपलब्ध करण्याची क्षमता मराठीत वाढू लागली. एकाच रेषेतल्या नोकऱ्या शोधण्यापुरती ही मराठी राहिलेली नाही. तिचा सारांश नीट समजून घ्या. नवे पथ ओळखायला शिका. कौशल्यप्रधानतेचे चिंतन करा आणि वर्तमानाची दिशा अचूक ओळखण्याची प्रज्ञा शाबूत ठेवा. मग मराठी भाषेसारखे दुसरे स्थळ नाही.

किती राबतो ते महत्त्वाचे नसते; कशासाठी राबतो हे ओळखणे महत्त्वाचे! प्रभाव उमटवणारे वक्तृत्व देशाला वक्ता द्यायला उद्युक्त करते; उत्तम वाचन संदर्भाची जागा हशील करते. उत्तम भाषाभ्यास भाषाविज्ञानासाठी साहाय्यभूत ठरतो. चांगला लेखक हा तर भाषा, समाज, संस्कृती यांसच प्रत व प्रतिष्ठा प्रदान करतो. मराठी भाषेत आणि साहित्यात चांगुलपणाच्या पिकांचे हंगाम चांगल्या पद्धतीने येत आहेत. या पिकांवर वेगळा आरसा धरण्याची गरज नाही. फक्त भाषेकडे आणि या वाङ्मयाकडे वर्तमान युवा पिढी आकर्षित कशी करता येईल, या अनुषंगाने ज्येष्ठांनी लक्ष द्यायची केवळ गरज आहे! भाषेचे तापमान स्थिर आहे आणि प्रगतिशीलही. मराठी साहित्याचे वर्तमानीकरण देशाच्या, प्रायः जगाच्या कोंदणातही आपली मुद्रा झळकवत ठेवील, याबद्दलही संदेह नाही.

❑❑❑

# भाषासंशोधनातील अंधार

**विद्यार्थ्यांच्या भाषासंशोधनातील दारिद्र्याचे मूळ शोधायलाच पाहिजे. भाषेच्या अभ्यासाकडे 'तपस्या' म्हणून पाहण्याची सवय विद्यार्थ्यांत वाढीस लावण्याची आज खरोखरच गरज आहे. कविता-कादंबरीला संशोधनासाठी चटकन हात लावणारा मराठी तरुण भाषेच्या संशोधनाला तितका लवकर का भिडत नाही, याची कारणमीमांसा व्हावी.**

वस्तुत: विद्यापीठांतून शिकणारा ज्ञानार्थी फक्त शिकत नाही; शिक्षणाच्या जोडीला तो संशोधनही करतो. प्रकल्प लेखनांमधून, शोधनिबंलेखनांतून, कार्यशाळेतून, शिवाय परिसंवादांमधूनही संशोधनशिस्तीचा धडा शिकत हा विद्यार्थी पुढे सरकतो. एम.फिल. आणि पीएच.डी. या संशोधनांतील महत्तम पदव्या संपादन करण्यासाठी अभ्यासाची बैठक, लेखनाची शिस्त किंवा प्रकरणलेखनाची शिस्त आणि संदर्भांच्या नोंदी, या महत्त्वाच्या साधन प्रवासामधून पुढे जाणे अनिवार्यच असते. पण संशोधन करणारे सर्वच विद्यार्थी तशी साधना करत नाहीत. तरीही, पदव्या मात्र मिळवतात. यामुळे स्वभावत:च संशोधनाविषयी संशय आणि प्रश्नचिन्ह निर्माण होतात. वाङ्मय आणि भाषेसंबंधीचे वर्तमानकालीन संशोधन कसे आहे? तर, त्याचे उत्तर गुणात्मक आणि समाधानकारक पाहिजे तसे नाही. वाङ्मय बव्हंशी संशोधन मुबलक, सहज आणि वर्णनात्मक, चिकित्साभिमुख असे असण्याऐवजी ते विवेचनात्मक असे आढळते. वाङ्मय प्रकारातील संशोधनाच्या वाटा याही वहिवाटीच्या, गांभीर्य अभावाने भरलेल्या आणि विलक्षण असे कष्ट घेऊन व्यक्त

होतातच असे नाही. उदाहरणार्थ, कालखंड-क्रमवारी करून कवितेचा सरधोपट रस्ता संशोधनासाठी निवडला जातो. यातून घुसळून घुसळून हाती मात्र फारच थोडे लागते. कालखंडाचाच 'पॅटर्न' स्वीकारून कथा, कादंबरी, आत्मकथा, नाटक या प्रकारात संशोधन करणे विद्यार्थी पसंत करतात. यातूनही काळाला किंवा चिंतनाला गवसणी घालणारे काहीएक निष्पन्न होत नाही. म्हणजे निष्कर्ष भिकार, संदर्भ ग्रंथसूची तद्दन जुजबी, ठोकळेबाज प्रकरणांची उतरंड आणि चिकित्सक वृत्तीचा अभाव, यामुळे संशोधनास संदर्भमूल्य प्राप्त होत नाही.

शिवाय, बोलीभाषाभ्यासात मुबलक व कष्ट उपसून संशोधन होत नाही. बदलत जाणाऱ्या भाषांवर प्रबंध येत नाही. प्रादेशिक भाषांमधील सांस्कृतिक संदर्भ खोदून काढून, शोधून संशोधन होताना आढळून येत नाही. दलित आत्मकथनांतील बोली, प्रदेश, लकबी आणि तिचे संदर्भ यावर संपूर्ण प्रबंध अपवाद सोडता येत नाहीत. कलाटणी देणाऱ्या समाजसुधारक, विचारवंतांच्या लेखनाचा संपूर्ण भाषिक अभ्यासही का होत नाही? विद्यार्थ्यांच्या या भाषासंशोधनातील दारिद्र्याचे मूळ शोधायलाच पाहिजे. भाषेच्या अभ्यासाकडे 'तपस्या' म्हणून पाहण्याची सवय विद्यार्थ्यांत वाढीस लावण्याची आज खरोखरच गरज आहे. कविता-कादंबरीला संशोधनासाठी चटकन हात लावणारा मराठी तरुण भाषेच्या संशोधनाला तितका लवकर का भिडत नाही, याची कारणमीमांसा व्हावी.

भाषाविज्ञानावर इंग्लिशमध्ये मुळातून आणि लोकविलक्षण काम झाले, ते आपल्या मुलांच्या गावीही नसते. हिंदीतही भाषेसंबंधी मजबूत काम झालेले पाहायची तयारी मुलांमध्ये फार नाही. अशोक केळकर, वा. गो. परांजपे, चं. द. इंदापूरकर, विश्वनाथ खैरे, मु. श्री. कानडे, य. रा. दाते, ना. गो. कालेलकर, कृ. पां. कुलकर्णी, श्री. व्यं. केतकर, सरोजिनी बाबर, देवीसिंह चौहान, गं. ब. ग्रामोपाध्ये, शं. गो. तुळपुळे, यु. म. पठाण, रमेश धोंगडे, कल्याण काळे, वि. बा. प्रभुदेसाई, म. अ. मेहेंदळे सुहासिनी लद्दू, श्री. न. गजेंद्रगडकर, अनुराधा पोतदार या तज्ज्ञ चिंतकांनी भाषेमध्ये केलेले काम किती मुले वाचतात? *भाषा आणि जीवन* त्रैमासिकातूनसुद्धा प्र. ना. परांजपे, द. भि. कुलकर्णी, बर्नसन, जोगळेकर, सोमण, शहा, गुंडी यांनी चालवलेली अखंड भाषाभ्यास चळवळ मराठीच्या एकूण मुलांनी कितपत समजूनउमजून घेतली आहे?अजून काही महत्त्वाच्या लेखकांचे भाषेसंबंधीचे लेखन मराठीची मुले वाचत नाहीत. ते सर्व वाचायला सांगणारेही सार्वत्रिक दिसत नाहीत. आणि ती सारी पुस्तके पाच-पन्नास मुलांनी शोधू म्हटले तरी शाबूत अवस्थेत मुलांना गवसत नाहीत. असा तक्रारींचा पाढा न संपणारा असतो.

भाषासक्ती, भाषापरिवर्तन, प्रमाण-बोली अभ्यास, भाषेचे कालिक प्रांतिक भेद, ध्वनिविचार, भाषांचे वर्गीकरण, मराठीवर इतर भाषांचे परिणाम, भाषेचे सिद्धान्त, अशा प्रकरणांचा वरवर अभ्यास करून मुले एक वा दोन पदव्या घेतात; पण भाषेच्या अभ्यासात उडी घेऊन काम करणारी मुबलक मुले का तयार होत नाहीत? आज यासंबंधी मंथन करण्याची नितांत गरज आहे. डॉ. भालचंद्र नेमाडे यांचे *साहित्याची भाषा* किंवा या गुणवत्तेची पुस्तके वाचायची तसदी घेणारी मुले कमी. एखादा माणूस भाषाशास्त्रावरचे पुस्तक बाजारात आणतो. असे पुस्तक परीक्षेसाठी मुलांना 'प्रसन्न' होते. त्यामुळे भाषा संशोधनातले युवकस्तरीय दारिद्र्य वाढत्या प्रमाणात आढळून येते. हे थांबायलाच पाहिजे.

विश्वास खैरेलिखित *मराठी भाषेचे मूळ*सारखे किंवा यासारखी मराठीतील कितीतरी पुस्तके मुलांच्या हाती आग्रहाने देणारी अध्यापनव्यवस्था निर्माण झाल्याशिवाय भाषासंशोधनाचे विद्यार्थ्यांमधले दारिद्र्य लोप तरी पावणार कसे? सिद्धान्त आणि उपयोजना या दृष्टीने आधुनिक भाषाविज्ञान क्षेत्रात मिलिंद मालशे यांचे संशोधन, भाषासंशोधन करू पाहणाऱ्या मुलांपर्यंत गेलेच पाहिजे. किंवा भाषा आणि समाज, भाषा आणि विचारवंत, किंवा लोकशिक्षणाची भाषा, कुंपणाबाहेरची मराठी आणि इतर असे विभाग करून काळे-शहा यांनी संपादित केलेला *निवडक भाषा आणि जीवन* हा १९९८मधला एक ग्रंथ स्नातक पदवी अभ्यास करणाऱ्या मुलांच्या हाती उपलब्ध करून देण्याची गरज आहे. गंगाधर गाडगीळांच्या *खडक आणि पाणी* या ग्रंथात भाषा आणि साहित्य यासंबंधी एक प्रदीर्घ लेख भाषेच्या मुलांनी हटकून वाचावा अशा प्रकारचा आहे. आम्ही सुविधा-सोयींच्या अभावात

**भाषेच्या अभ्यासाकडे 'तपस्या' म्हणून पाहण्याची सवय विद्यार्थ्यांत वाढीस लावण्याची आज खरोखरच गरज आहे. कविता-कादंबरीला संशोधनासाठी चटकन हात लावणारा मराठी तरुण भाषेच्या संशोधनाला तितका लवकर का भिडत नाही, याची कारणमीमांसा व्हावी.**

राहतो, ही गाऱ्हाणी ऐकायला हा गतिमान जागतिक काळ आज बिलकूल तयार नाही. म्हणून भाषेच्या अभ्यासाची एक परिभाषा आहे. ती समजून घेण्याची आणि त्यासाठी श्रम मोजायची तयारी ठेवावी लागते. 'पी हळद नि हो गोरी' हे वचन इथे कुचकामी आहे. ग्रंथांचे जंगल धुंडाळायची तयारी मराठी तरुणांनी ठेवली पाहिजे.

❑❑❑

# विद्यापीठीय पातळीवरील बदल

**साचेबंद, पारंपरिक मराठी पढवणारे तेच ते शिक्षण कशासाठी? कमी कालावधीत, पण ज्ञान व कौशल्य प्रदान करणारे भाषावाङ्मयात शिक्षण द्या, हा आग्रह समाजातून वाढू लागला; तो अनाठायी नाही. भान, भूमिका, स्वावलंबन व संधी उपलब्ध करून देणाऱ्या भाषाशिक्षणाशिवाय आता तरणोपाय नाही, हे विद्यापीठांनी ओळखायला सुरुवात केलेली आहे.**

स्नातकोत्तर अभ्यासक्रम विद्यार्थी 'भाषिक' म्हणून घडवण्यासाठी उपकारक ठरतो. पदवीपर्यंत भाषाभान अवगत करायला विद्यार्थ्यास फारशी साधने व दृष्टी मिळत नाही. तथापि, त्यास वाङ्मयप्रकारांचा परिचय होतो. भाषा कळते. तिचा अभ्यासक्रम एका डिसिप्लिनने करायला हवा, हे कळते. एक ठरावीक वाङ्मयअभ्यास, साहित्यप्रवाहांची केवळ ओळख व मराठी शिकवणाऱ्या प्राध्यापकांबद्दल आत्मीयता एवढ्या गोष्टी पदवीपर्यंत त्याला अवगत होतात. व्याकरण, भाषेचे पदर, इझम, वाङ्मयप्रकार आणि विशिष्ट लेखकांचा अभ्यास या मुलांना करता येत नाही. उलट, तो विद्यापीठांत जाऊ लागला की त्याला भाषिक ताजे भान मिळायला मदत होते, हे खरे.

विशेषत: समीक्षाविचाराची जाण विद्यापीठीय मुलांत अधिक मुरते, रुजते. प्राध्यापकांसमवेत होणाऱ्या चर्चेत त्याचा रस वाढू लागतो. नेमाडे, तेंडुलकर, बी. रघुनाथ बोराडे, यशवंत मनोहर, ग्रेस, बागूल, ढसाळ, यादव, मर्ढेकर, गडकरी,

यशवंतराव, सारंग, पठारे, गवस, चारुता सागर अशा नाना, पण महत्त्वाच्या अशा इतर लेखकांसंबंधी, तसेच त्यांच्या सर्जक लेखनासंबंधी विद्यार्थ्यांची अभिरुची घट्ट आणि विकसित व्हायला विद्यापीठीय भाषाशिक्षण निश्चितच मोठी अशी मदत करते. तात्पर्य, भाषिक-वाङ्मयीन प्रगल्भता उन्नत करण्यासाठी विद्यापीठांचा रोल ठळक आहे, यात शंकाच नाही. कारण साधनांचा इथला कॅनव्हॉस मोठा असतो व उपलब्धही असतो.

आज विद्यापीठांमधून मराठी भाषा व वाङ्मयाचे अध्यापन, संशोधन हे बहुपदरी स्वरूपाचे केले जाऊ लागले आहे. उदाहरणार्थ, आंतरविद्याशाखीय अभ्यासविचार. एका छताखाली विविध भाषावाङ्मय ऐच्छिकतेने शिकू पाहणाऱ्या तरुणांना महत्त्वाच्या अनेक अभ्यासपत्रिकांचा अभ्यास करता येणे, त्यामुळेच शक्य आहे. विद्यापीठात याची गुणवत्ता जपता येऊ शकते. प्राध्यापक, विद्यार्थी यांना ज्ञानशाखा, विषय, पेपर्स निवडीसाठी आवश्यक असणारी 'अॅटॉनॉमी' विद्यापीठात मिळू शकते. म्हणजे यामुळे भाषानंद मिळतो. वाङ्मयाभिरुचीही वाढीस लागते. शिवाय, जगाच्या स्पर्धेत उतरावयाची ऐच्छिकताही विद्यार्थी गमावून बसत नाही. ही अशा स्वरूपाची दृष्टी बदलून विद्यापीठांत 'मराठी'चा विचार सुरू झालेला आहे.

नांदेडच्या स्वामी रामानंद तीर्थ मराठवाडा विद्यापीठात कार्यरत असलेल्या भाषा व वाङ्मय संकुलाने अशा नवबदलांना पुढ्यात ठेवून अभ्यासक्रमांची रचनाच बदलायला पावले उचलली आहेत. याचे रिझल्ट नक्की चांगले मिळू शकतील. भाषेचे ठरावीक 'माईंटसेट' बदलणारे हे एक उत्कर्षवादी पाऊलच म्हणायला हवे. साचेबंद, पारंपरिक मराठी पढवणारे तेच ते शिक्षण कशासाठी? याविषयी मुले-पालकही आता नवनवे प्रश्न उभे करू पाहत आहेत. कमी कालावधीत, पण ज्ञान व कौशल्य प्रदान करणारे भाषावाङ्मयात शिक्षण द्या, हा आग्रह समाजातून वाढू लागला; तो अनाठायी नाही. उपयोजित मराठी अभ्यासपत्रिका विद्यापीठे सुरू करू लागली आहेत. भान, भूमिका, स्वावलंबन व संधी उपलब्ध करून देणाऱ्या भाषाशिक्षणाशिवाय तरणोपाय नाही, हे विद्यापीठांनी ओळखायला सुरुवात केलेली आहे. उदाहरणार्थ, गीतलेखन व पटकथालेखन, कला-तंत्र आणि जाहिरातलेखन, मुलाखतीमंत्र व निवेदनकौशल्य, हस्ताक्षर व मुद्रित शोधन, भाषा व बोली अभ्यास, कादंबरी व चित्रपट, कथा व चित्रपट, संगीत व कविता, नाटक व संहिता हे नवे अभ्यासक्रम विद्याशाखांचा विस्तार करणारे आणि विद्यापीठांतून अध्यापित व संशोधित होत असलेल्या भाषांचा, वाङ्मयाचा नवा विचार, नव्याने करणारे

आहेत. यामुळे तरुणांनाही सोन्यासारख्या संधी मिळू शकणार आहेत. मराठी हा विषय करिअर करावयाला मोठी मदत करणारा ठरू शकणार आहे.

जलदी गुणवत्ता आणि जलदी संधी हा या काळाचा आवाज आहे. हे लक्षात घेऊनच छंदशास्त्र अभ्यास, व्याकरणाची पायाभूत माहिती, साहित्यप्रकारनिहाय कथा, कादंबरी, नाटक, लावणी, गाणी, ललित लेखबंध, कविता, प्रवासवर्णन, प्रहसन, चरित्र, आत्मकथा, कार्यकथन, एकांकिका, पटकथा, अथवा विविध वाङ्मयकृतींवर येणारे अलीकडचे महत्त्वाचे चित्रपट या सर्व पायाभूत अभ्यासांबरोबर भाषा, ध्वनी, बोली, संकेत यांचा अभ्यास विद्यापीठांमधून करण्याची तगडी सोय शक्य असते. सर्वहारा महाविद्यालयांना, प्रतिष्ठित शाळांना ते अशक्य ठरू शकते; कारण मुळात विद्यापीठे ही सुविधा, साधने, शिक्षक, ग्रंथालय या दृष्टीने फार समृद्ध आणि केंद्रवर्ती अशी असतात. म्हणून, आज भाषा व वाङ्मय शिक्षणाची बदलती दृष्टी विद्यापीठांतूनच अधिक सामर्थ्य व समृद्धीसह तरुणांना घेता येऊ शकते. विद्यापीठांची भाषासंकुले वा विभाग या दृष्टीने आज अगदी विचारपूर्वक पावले टाकू लागली आहेत.

भाषा दृष्टिकोण बदलांची ठळक विशेषता तर जरूर आहे. पण या विद्यापीठांतून भाषा व साहित्यशिक्षण प्राप्त करण्याचे सरळ फायदे असे :

- बिनीच्या लेखकांच्या भेटी व त्यांच्याशी संवाद, चर्चा करायला मिळणारी संधी
- विभागीय राष्ट्रीय-आंतरराष्ट्रीय कार्यशाळेत सहभाग व भाष्य / चर्चा करण्याची संधी
- बहुविद्याशाखांचे पर्याय अभ्यासाकरिता खुले
- भाषांतर, अनुवाद करण्याच्या सोयी व संधी; तसेच
- कम्प्यूटर, सर्व सुविधा व इंटरनेट वापर व अभ्यास
- जगातील चित्रपट प्रेक्षणसंधी व चर्चेसाठी सहभाग
- परकीय विविध भाषाभ्यासांची संधी

अशा या काही ठळक बाबी विद्यापीठांत सहज प्राप्त होणाऱ्या आहेत. यापेक्षा लहान वर्तुळात हे सर्व विद्यापीठांशिवाय तरुणांना मिळणे अशक्य.

देशातील विद्यापीठे भाषासाहित्याचा विचार आता नव्या पद्धतीने असा करू पाहत आहेत. तौलनिक भाषाभ्यासांना मोठा वाव भाषाशिक्षणामधून दिला जाऊ लागला आहे. परीक्षाकेंद्री अभ्यासापेक्षा ज्ञानेंद्री अशाच विद्याशाखा उघडायची

साचेबंद, पारंपरिक मराठी पढवणारे तेच ते शिक्षण कशासाठी? याविषयी मुले-पालकही आता नवनवे प्रश्न उभे करू पाहत आहेत. कमी कालावधीत, पण ज्ञान व कौशल्य प्रदान करणारे भाषावाङ्मयात शिक्षण द्या, हा आग्रह समाजातून वाढू लागला; तो अनाठायी नाही. उपयोजित मराठी अभ्यासपत्रिका विद्यापीठे सुरू करू लागली आहेत. भान, भूमिका, स्वावलंबन व संधी उपलब्ध करून देणाऱ्या भाषाशिक्षणाशिवाय तरणोपाय नाही, हे विद्यापीठांनी ओळखायला सुरुवात केलेली आहे.

तयारी केली जात आहे. कारण, मुलांमध्ये तर आज विलक्षण गुणवत्ता आहे, हे विद्यापीठांनी ओळखले आहे. म्हणून त्या दृष्टीने बदलत्या मार्गाने पावले उचलली जात आहेत. भाषेचा, साहित्याचा अभ्यास मराठीपुरता, मराठीचा करण्यात आज धोका संभवू शकतो. त्यापेक्षा तौलनिक, आंतरविद्याशाखीय, भाषिक, बोलीविषय, संस्कृती-साहित्य-समाज अशा स्वरूपांचा मराठीचा अभ्यास दृष्टिकोण विद्यापीठ शिक्षण प्रवाहांमध्ये रुजायला सुरुवातच झालेली आहे. यामुळे मराठीचा विद्यार्थी हा शिक्षण-प्राध्यापक तर बनेलच; पण यासोबतच, सेवेचे आणि संधींचे बहुआयामही त्याला मिळत जातील.

❑❑❑

# रूपांची, गुणांची मराठी

**रूपांची, गुणांची, आशयांची व विविधतापूर्ण मराठी ही लोकांचीच असून ती लोकांनीच सजीव ठेवलेली आहे. जागतिक मराठी दिनानिमित्त...**

इसवी सनांचे आकडे मोडत मराठीचे जुनेपण मांडले जाते. समृद्ध लोकसाहित्याची दौलत मराठीत आहे, हे हस्तांतरित केले जाते. वाङ्‌मयाचा, कवींचा, गीतांचा मराठीतील वारसा शिकवला, सांगितला जातो. हे सारे उत्तम असले तरी मराठीचा म्हणून अजून खास लहेजा आहे. तो सागरातल्या जलोपलब्धीसारखा न सरणारा, न खंडणारा आहे. तो रूपवंत, गुणवंत आहे. त्याकडे लक्ष द्यायची गरज आहे. स्वामी रामानंद तीर्थ मराठवाडा विद्यापीठाच्या मराठी संकुलाच्या अभ्यासात बोली विषयावर विशेष खास पेपर सुरू केला. त्यात विद्यार्थ्यांचा सहभाग गुणवत्तावर्धक मिळत गेला. डॉ. पृथ्वीराज तौर या माझ्या सहकाऱ्याने बोलीबद्दल मुलांकडून प्रकल्पवजा काम करून घेतले. हेच भाषिक काम मुलांकरवी इंग्लिशमधून डॉ. दिलीप चव्हाण यांनी करून घेतले. या कामाची गुणवत्ता मला फारच महत्त्वाची वाटते. मराठीकडे तुम्ही कसे बघता, यालासुद्धा एक विशेष महत्त्व आहे.

मराठीचा केवळ घोष फार उपयोगाचा नसतो. वयोवृद्ध स्त्री-पुरुषांचे समग्र भाषिक आविष्कार– जसे, गोष्टी, गाणी, कथा, संवाद, भजने, लोकगीते किंवा इतर नृत्यसदृश आविष्कार यांना– जतन करण्याची मोहीम उघडली पाहिजे. ज्येष्ठ नागरिकांच्या मुलाखतींचे ऑडिओ व्हिडिओ रेकॉर्डिंग करता येणे अजिबात शक्य नाही. मराठीचे भाषिक धन जपण्याचा हा एक प्रयत्न संशोधकांच्या हाताशी यश

रूपांची, गुणांची, आशयांची व विविधतापूर्ण मराठी ही लोकांचीच असून ती लोकांनीच सजीव ठेवलेली आहे, हे विचारात घेतले पाहिजे. लेखकांनी भाषा जिवंत ठेवली नाही. उलट त्यांनी भाषा वापरली आहे. याउलट, कीर्तनकारांनी लोकभाषेचे संवर्धन लेखकांपेक्षा दसपट अधिक उत्तमरीत्या केले आहे, हेही लक्षात घ्यायला हवे. महाराष्ट्राच्या वारकरी परंपरेचा, त्यातल्या दिंडी-पालखीचा आणि नागपूर येथील दीक्षा भूमीवर उपस्थित लक्षावधी जनसमुदायांचा बोली रक्षण-संवर्धनात अनन्यसाधारण वाटा आहे, हे विशेष.

मिळवून देईल. लोकांच्या प्रत्यक्ष मुखांतून वापरली जाणारी मराठी ही जबरदस्त भाषा असते. या बोलीच्या उच्चारणाची एक ताकदवान प्रत व शैली आहे. त्यात नवे शब्दगंध आहेत. वाक्प्रचार, म्हणी, सुविचारसदृश खूप ऐश्वर्य बोलणाऱ्यांच्या ढबीत-लकबीत गवसते. सहज, रूढ शिव्या आहेत. उठता-बसता बोलीत एक लिरिक प्रिन्सिपल दिसते. त्याकडे लक्ष देता येईल. आठवडी बाजार, बस स्थानक, रेल्वे स्टेशन, कीर्तनांच्या जागा, लग्नमंडप, मंगल कार्यालय, तीर्थक्षेत्र, यात्रा, सर्कस किंवा यासम असणाऱ्या स्थळांवर हटकून जाऊन विद्यार्थी बोलींचा निराळा अभ्यास करू शकतील. थोडी दृष्टी वापरली, थोडी निरीक्षणक्षमता बाळगली किंवा अधिक श्रम करायची तयारी ठेवली, तर मुद्रण, लेखन, चित्रीकरण, मुलाखत, संवाद या माध्यमांतून बोलीचिंतन जमा करता येते. महाविद्यालयांचे, विद्यापीठांचे तरुण हे काम सहज करू शकतील. प्राध्यापकांचे मार्गदर्शन यात मिळाले, तर लोकांच्या रोजच्या भाषांचे रूप, गुण संकलन यामुळे जबर होईल. मराठीची भाषिक, लोकप्रधान ताकदही यातून नव्याने हाती लागेल. मुळात हे काम अजिबात अशक्य नाही.

रात्रंदिवस लोक बोलतात, चालतात, धावतात, कामे करतात, काही लोक केवळ रिकामे असतात. पण, सोबत भाषा असतेच, भावना असतात, विचार असतातच. माणूस भाषेबिगर नसतो. इथे होणारे शब्दवहन, बोलीवहन अत्यंत महत्त्वाचे असते. मोंढ्यात लोक किती प्रकारे बोलतात. विद्यापीठात लोक किती तऱ्हांची भाषा बोलतात. हीच पद्धत सरकारी दवाखाने, खासगी दवाखाने, जिल्हा परिषदांचे आवार, हॉटेल्स, लॉज, बाजारपेठा, सराफा मार्केट, न्यायालयांचे आवार,

शाळा, महाविद्यालये आणि जनसमुदाय असणाऱ्या सर्व जागा, अशा ठिकाणी जी भाषा व मराठी बोलली जाते ती अस्सल, जिवंत, प्रवाही, विविधतावादी, गुणसंपन्न, प्रभावीच भाषा आहे. ही सर्व भाषा ग्रंथात येत नाही, आढळत नाही. ती पूर्णत: लेखकांना धरता येणे अशक्य आहे. कारण ही भाषा जमीन आकाशासारखी विस्तारी व प्रवाही आहे. या भाषेचा भाषा वैज्ञानिक, व्याकरणीक, आशयनुसारी अभ्यास करायला हवा. मराठी भाषा चिंतकांसाठी ही संधी आहे, ती त्यांनी दवडू नये.

'बस आगार व्यवस्थेतील बस' जरी आपण अभ्यासविषय म्हणून निवडली तरी यावर हजार-दोन हजार पानांचा भाषाग्रंथ तयार करता येईल. येथील चालक-वाहक यांची भाषा, मेकॅनिक वर्गाची भाषा, गाड्यांच्या चौकशी खिडकीतील अधिकारी-प्रवासी यांची भाषा अनेक पदरी, रूपधर्मी, गुणधर्मी असते, हे तत्काळ लक्षात येते. ही मराठी राज्याची मराठी असते. अशा प्रकारच्या बोलीविज्ञानकक्षेतला संशोधनाचा मोठा, फारच मोठा विषय बनवता येईल. इच्छुकांनी या कामांकडे मोर्चा वळवायला अजिबात हरकत नाही. मराठीत या पद्धतीचे संशोधन झाल्याचे माझ्या बघण्यात नाही. बोलींचे आपण जे सराईत चिंतन करतो, ते ठोकळेबाज व बी.ए.-एम.ए.च्या अभ्यासक्रमातील चार जुनी पुस्तके बघूनच करतो. तत्त्व म्हणून ते ठीक असले तरी ते जुनाट व अपूर्ण असते, हे आपण विचारात घेत नाही. ना. गो. कालेलकर, ल. गो. जोग किंवा *साहित्याची भाषा* यांसारख्या पुस्तकातून भालचंद्र नेमाडे यांनी बोली, समाज, संस्कृती, ग्राम या संदर्भात भाषेत लक्षणीय काम केले. नव्या तरुणांनी ही भाषिक मराठी मुळातून बघितली पाहिजे.

रूपांची, गुणांची, आशयांची व विविधतापूर्ण मराठी ही लोकांचीच असून ती लोकांनीच सजीव ठेवलेली आहे, हे विचारात घेतले पाहिजे. लेखकांनी भाषा जिवंत ठेवली नाही. उलट त्यांनी भाषा वापरली आहे. याउलट, कीर्तनकारांनी लोकभाषेचे संवर्धन लेखकांपेक्षा दसपट अधिक उत्तमरीत्या केले आहे, हेही लक्षात घ्यायला हवे. महाराष्ट्राच्या वारकरी परंपरेचा, त्यातल्या दिंडी-पालखीचा आणि नागपूर येथील दीक्षा भूमीवर उपस्थित लक्षावधी जनसमुदायांचा बोली रक्षण-संवर्धनात अनन्यसाधारण वाटा आहे, हे विशेष.

स्वर, गीत, अभंग, गायन, विचार आणि प्रबोधन यांच्या दृष्टीने पंढरपूर, नागपूरचा भाषिक, सांस्कृतिक वाटा ऐतिहासिक ठरतो. भाषा चिंतनाचा हा विशाल पट आमच्या अभ्यासाचा प्रमुख विषय व्हायला हवा, असेही या निमित्त ध्वनित करावे वाटते. या सर्व भाषाभ्यासाचे आकाश कधीच न संपणारे आहे. भाषेतल्या अभ्यासकांनी या महाप्रदेशांकडे जावे! ❑❑❑

# लोकांच्या जिभेवर बसलेली बोली संस्कृती

**सर्वांच्या जिभेवर बोलीच वसलेली असते. प्रेम व्यक्त करणे काय किंवा राग प्रकट करणे, हे सारे बोलीतून व्यक्त होते. त्या व्यक्त होण्याची नजाकत कुछ औरच असते. प्रांत, भूमी, हवा, पाणी, पट्टा, समाज हे सारे बदलल्यावर बोली बदलते.**

गावंढळ म्हणून बोलीची चेष्टा करण्याचा एक अभद्र काळ होता. 'पुस्तकांची भाषा हीच मस्तकाची भाषा' असेही एक फाजील शहाणपण पाजळले जात असे. पण, हे सगळे फार खरे नाही. भाषा प्राप्त करण्यासाठी शाळा-विद्यापीठांची गरज नसते. सामाजिक प्राणी म्हणून आपला जन्म भाषेशिवाय वाया जाणारा नसतो. घरात आणि समाजात वाढताना आपण भाषेबरोबर वाढतो. ही भाषा असते मातृभाषा. मातृभाषा म्हणजे मायेची, घराची, समाजातील भाषा; म्हणजेच बोली. बोली कोरडी नसते, रूक्ष नसते, मृत नसते. तुमच्या रक्तातील लय घेऊन ती येते. विचार आणि भावना यांचेही वहन बोली करतात. बोली म्हणजे काही कोरड्या विहिरीतला फक्त आक्रोश नसतो, हे नीट समजून घ्यायला हवे. तुमच्या मूळ जगण्याचा आवाज हा तर बोली भाषेचाच असतो; तो पुस्तकी भाषेत अजिबात नसतो. ज्ञानाची व समाज समृद्ध करणारी 'भाषा' महत्त्वाची असली तरी 'बोली' हीच प्रत्येकाच्या मूळ स्वभावाची संपन्न अशी एक संस्कृतीच असते. म्हणूनच 'बोली संस्कृती' असे महाविस्तारकारी रूप बोलीला द्यावेच लागते.

सर्वांच्या जिभेवर बोलीच वसलेली असते. प्रेम व्यक्त करणे काय किंवा राग प्रकट करणे, हे सारे बोलीतून व्यक्त होते. त्या व्यक्त होण्याची नजाकत कुछ औरच असते. यात अजून एक ग्रंमत अशी की, प्रांत, भूमी, हवा, पाणी, पट्टा, समाज हे सारे बदलल्यावर बोली बदलते. तिची लज्जत बदलते. तिचा नखरा बदलतो. तिचे चढउतार बदलतात. तिचे परिणाम, प्रभाव स्वतंत्र गुणांसह सिद्ध होतात. हे फक्त बोली नावाच्या संस्कृतीमध्येच घडते. ही चव भाषेत – प्रमाणीकरणात अजिबात नाही. व्याकरणाच्या नियमी साखळ्यांनी बांधलेली भाषा केवढीही प्रमाण असली आणि केवढी एकूण दळणवळणाची, अगदी 'शिष्टमान्य' भाषा असली तरी बोलीत जी श्रीमंती, जो प्रवाहीपणा, जो तरलपणा आढळतो, तो स्वाभाविकच प्रमाण भाषेत कमीच असतो.

'शिव्या' ही एक शाखा पाहा. गावागावांत अत्यंत आत्मियतेने शिव्यास्वरूपी भाषेतूनच हाक घालण्याची किंवा नाव उच्चारण्याची पद्धत रूढ आहे. पण म्हणून त्यामुळे खून पडत नाहीत. पण, शहरात 'मूर्खा', 'नालायक' अशा सॉफ्ट शिव्याप्रवृत्तींच्या शब्दांचे नुसते उच्चार भांडण पेटवायला पुरेसे असतात. एखाद्या जहाल शिवीमुळे शहरात कडाक्याची भांडणे झाल्याची उदाहरणे वाटेल तेवढी सांगता येतात. असो. एक शेत नावाची संस्कृती जरी आपण बघितली तरी तेथून बोली शब्दांचे दहा शब्दकोश तयार होऊ शकतात. दुसरे म्हणेज 'घर' नावाची दुसरी संस्कृती आपण घेतली तर त्यांचेही दहा शब्दकोश तयार होऊ शकतील.

शाहू पाटोळे नावाच्या फार मोठ्या अभ्यासक-संशोधकाने *अन्न हे पूर्णब्रह्म* नावाचा फारच महत्त्वाचा खाद्यपदार्थ शब्दाकोश तयार केलेला आहे. जुन्या काळापासून बहुजन, गरीब, कष्टकरी वर्गांच्या घरात शिजणारे केवढे अगणित पदार्थ होते आणि आहेत. त्याबद्दल हा ग्रंथ अत्यंत मौलिक आहे. शहरातल्या कोणत्याही फाईव्ह स्टार्स हॉटेल संस्कृतीलाही ही समृद्धी ठाऊक असू शकत नाही. बोली-अन्न-समाज-संस्कृती या संदर्भातील पाटोळे यांचे हे कार्य समाजशास्त्र, संस्कृतीशास्त्र, अन्नशास्त्र यांच्यासाठी केवळ महनीय आणि खास वैशिष्ट्यपूर्ण असेच मानायला पाहिजे. महाराष्ट्र राज्य साहित्य संस्कृती मंडळाने अशा लोप पावत चाललेल्या बोलीबद्ध वस्तू, पदार्थ, अवजारे, साधने आदींचे कोश प्रकल्प हाती घेतलेले दिसून येतात. हा सगळा भाग बोली संस्कृतीचे वैभवच नमूद करणारा आहे. ग्रामीण साहित्याचे भाष्यकार आणि ज्येष्ठ ग्रामीण लेखक डॉ. द. ता. भोसले यांनी लोप पावणाऱ्या बोलीबद्दलचे ग्रंथ सिद्ध केलेले आहेत.

**भूप्रदेश, हवापाणी, रीतिभाती, परंपरा, समाज, खानपान यात जसजसे बदल होतील तसतसे बोलीतील शब्दधन एकसमान राहत नाही. बहुपदरी समाजाची घडणही बहुपदरी बोलीत आणि बहुपदरी समृद्ध शब्दधनांमुळे झालेली बघायला मिळते. हेच बोली संस्कृतीचे एक ठळक वैशिष्ट्य आहे.**

मराठीतील बोली संस्कृती केंद्रवर्ती ठेवून होत असणारे हे कार्य मी फार मोलाचे मानतो. त्या-त्या भागात याबद्दल लक्षणीय कार्य अव्याहत सुरू असलेले आढळून येते. कवी विठ्ठल वाघ अथवा संशोधक मधुकर वाकोडे यांनीही या क्षेत्रात उल्लेखनीय काम करून ठेवलेले आहे. मराठी परंपरेत अशी पुष्कळ माणसे आहेत. समाजाने त्यांच्या संशोधनाप्रति कायम कृतज्ञ राहायलाच हवे.

शब्द, वाक्य यांची धाटणी बोली संस्कृतीत प्रभावी आणि लक्ष्यवेधीच असते. बारा कोसांवर पाणी बदलते, तसे बारा कोसांवर वाणी (बोली) बदलते. जे बोलतो ती वाणी. मुखावाटे प्रकट होणारे अर्थपूर्ण ध्वनी... बोलीभाषा! ही भाषा समाजाच्या जिभेवरची भाषा. तिची सर पुस्तकी भाषेला येऊच शकत नाही. पुस्तकी भाषेला नाव ठेवण्याचे काहीच कारण नसले तरी जे चैतन्य, जो प्राण, जी मजा बोलीत आहे, ती प्रमाण, पुस्तकी भाषेत खचितच नाही. आता हेच पाहा, जिल्हा जरी बदलला तरी भाषा व तिची रूपे कशी बदलतात... उदाहरणार्थ,

लातूर : काय करू लालाव?

नांदेड : काय करायल्या?

हिंगोली : काय करू लागलास?

वाशीम : काय करून राह्यले?

बारा-बारा कोसांवरचा वाक्यवापरातला हा पूरक बोलीतून लपून राहत नाही. आणि त्यातही गोडी आटू शकत नाही. थैली, पिशवी हे सरळ वस्तुवाचक शब्द बोलीत 'खलत्या, झोऱ्या' असे गोड होऊन येतात. पांघरण्याच्या चादरीचे बोलीत 'ढाबळं' होऊन जाते. छान गव्हाच्या पोळ्या या जिभेवरच्या भाषेत आल्यावर त्यांच्या 'रोट्या' होतात, 'चपात्या' होतात. 'एक गहू आणि प्रकार बहू' या म्हणीप्रमाणे गावागावांचे आरोग्य नीट जपणारे आणि त्यांचे पोट उत्तम ठेवणारे कितीतरी पदार्थ आहेत, जे शहरांच्या गावीही नाहीत. धपाटे, शेंगोळे, खरडखिस,

धिरडे, लाभडं, वळवट, घुगऱ्या, कण्या, आंबील, खारोड्या, सरगुंडे, बोटवे, भल्डा, मांडे, उसऱ्या (वाळून ठेवलेल्या रानाशेतांत पिकणाऱ्या फळभाज्या उसऱ्या) हे जिभेवर चव अमर ठेवणारे जिभेवरच्या बोलीतील पदार्थ कुछ और!

गाव, बोली तेथील समाज यांच्या अन्नसंस्कृतीची एक विलक्षण श्रीमंती फारच महत्त्वाची आहे. 'बोली-शब्द-वस्तू-अन्न' यांची मोठी म्हणजे महाप्रचंड साखळी आहे. जिच्यात बोली संस्कृतीचे एक विशाल वैभव सामावलेले आहे. ही एकूण श्रीमंती कोणत्याही महानगरी पाकशास्त्राच्या बाहेरची गोष्ट आहे. हे सर्व जतन करण्याचा प्रयत्न केला जात आहे. बोली संस्कृतीचा हा अमृताचा ठेवा आहे. बोली ही भाषा जबरदस्त प्रभावी, अनोखी, जिवंत, लज्जतदार आणि अफलातून आहे. एका लेखात मावणारा हा विषय तर अजिबातच नाही. बोली भाषेतील शब्दवैभव आणि त्या शब्दांचे सौंदर्य फारच झक्कास म्हणावे असे आहे. पुढील उदाहरणात पाहा. बोलीतील खास शब्द पुढे कंसात दिलेले आहेत :

शिकवणे (लखवणे), वळवणे (कलवणे), जायचेय (जाऊता), आहेत (हात), संपूर्ण (चेक), पुष्कळदा (लयखेप), अलीकडे (आलीकून), पलीकडे (पलीकून), जाण्यायोग्य (जायाजोक्ती), खूप (माकूल), जंगल (बंदी), इकडे (इकून), तिकडे (तिकून), पळवणे (खेदाडणे), म्हैस (डोबाड), वयोवृद्ध (चादड), उंच माणूस (हुटाड्या), ठेंगणा (बुटबैंगण), दवबिंदू (वदाड), धिंगाणा (शीलशील), लहान मुले (डेंगरं), जखम (खावंद), सरदीपडसे (भोंबार), नखांची जखम (नखुल्डं)

कंसात दर्शवलेले शब्द खास बोलीभाषेचा लहेजा स्पष्ट करणारे आहेत. प्रमाण भाषेतही एका शब्दाला दुसरा-तिसरा नवा शब्द मिळतो. पण वेगळेपण आणि उच्चारानंद म्हणून अथवा खास शब्द म्हणून एकेक शब्द बोलीत त्याचे-त्याचे वजन घेऊन येतो.

शिवाय, भूप्रदेश, हवापाणी, रीतिभाती, परंपरा, समाज, खानपान यात जसजसे बदल होतील तसतसे बोलीतील शब्दधन एकसमान राहत नाही. बहुपदरी समाजाची घडणही बहुपदरी बोलीत आणि बहुपदरी समृद्ध शब्दधनांमुळे झालेली बघायला मिळते. हेच बोली संस्कृतीचे एक ठळक वैशिष्ट्य आहे. या लेखानिमित्त वाचकांना खास ठेवणीतील शब्दांचे दर्शन घडवता येईल. ते खास शब्द कंसात दिलेले आहेत :

आषाढारंभ (आखाडतोंडी), जोरात भांडणे (भांडून बुरबुडा पाडणे), घाबरणे (आरबळणे), त्रास देणे (खबाळणे), फजिती (घाळण), आजारी असणे (निजून हाय)

बोलीभाषेत चवींचे उल्लेख असे आढळतात : कडू - कडुडक, उग्र - उगीरडक, गोड - गुळचीट, तिखट - तिखट आग, आंबट - आंबटचीच, वाईट - वक्टंडक इत्यादी.

मराठवाडा या बहुसांस्कृतिक, बहुभाषा वैशिष्ट्यांनी बहरलेल्या प्रांतात बोलीचे वैभव प्रचंड श्रीमंत असलेले पाहायला मिळते. मऱ्हाटवाडी काही खास शब्द पुढे कंसात दिलेले आहेत. वाचा :

सहजच (सबागती), श्रीमंत (दस्तक्या), वाया घालवणे (जानोडा), उष्टे अन्न (भंदं), ताजे (ताथ), जागे राहणे (चेती राहणे), दुष्ट (खतेस), नीटनेटके (भारनसूद), नामुष्की (नामना), संकट (दाडगत), उपाशीपोटी (भकाट्या), वेंधळा (गाताड्या), किती वेळ (केधोळ), पहाटेपहाटे (तामटाच्या आत), विविध धान्यांची भाकर (बेल्डीची भाकर), कोरडे तिखट (भुर्की), कपाशीचे बी (सरकी), गल्ली (एटाळी), बीळ (भडोळी), चिखल (बेंदाड), लवकर (येरवाळी), हळूहळू (वजवज), अजिबात (कत्तई), घळवणे (खेदाडणे), लवकर (बातच), आपत्ती (दाडगत) हे खास बोलीतील मराठवाडी शब्द दैनंदिन व्यवहारजीवनात सररास वापरलेले दिसून येतात. त्यातील प्रत्येक शब्दाला वजन आहे, हे कळते. शिवाय, अर्थपूर्णता हे त्या-त्या शब्दाचे वैशिष्ट्य आहे. त्यातील उच्चारण, त्याची लय, त्यातील ठेका आणि ठसका हा खास 'म रा ठ वा डी' आहे. हे बोलीतच घडू शकते. यातील हरेक शब्दाने लोकांच्या जिभेवर बसलेली, लोकांनी सांभाळलेली बोली संस्कृती ही जतन केलेली आहे. माती आणि माणूस हा जसा लगडून राहतो, त्याप्रमाणेच बोली आणि माणूसही असाच जोडून इथे आढळतो. हे शब्दांचे बोलणे श्वास घेतल्याप्रमाणे एकरूप असते. 'खाणे, बोलणे, वावरणे' ही तिन्ही क्रियापदे गावमाणसाच्या जगण्याचा अविभाज्य भाग असतात. त्यात बोली संस्कृतीचे महत्त्व व प्रतिष्ठा फारच महत्त्वाची आहे.

❑❑❑

# समाजबंधू आणि मराठी

**बाजारपेठा, उद्योग, नोकरी या निमित्तही हा महाराष्ट्रीय माणूस समाजाशी जोडून असतोच. तेव्हा त्याचा मातृभाषा, विविध भाषांशी संपर्क येतो. इतर भाषांचे अवगतीकरण करणे ही गोष्ट चांगलीच; पण 'माझी मराठी मातृभाषा' म्हणून या माणसाच्या भाषेला ज्ञानात, व्यवहारात, शिक्षणात आणि सर्व प्रकारच्या सरकारी कचेरीत प्राधान्यक्रमाने स्थान दिलेले असले पाहिजे.**

समाजातील नागरिकांचा एक मोठा हिस्सा हा शिक्षणाच्या बाहेर राहून परंतु जिभेवरच्या भाषेला घेऊन समाजाशी संवादी राहत आलेला असतो. अशा माणसांसाठी मराठी किती सोबत करते, याबद्दल विचार करायला हवा. मातृभाषा मराठीचा जागर या दृष्टीने मला जास्त महत्त्वाचा वाटतो. महाराष्ट्रातला शहरी आणि ग्रामीण या दोन प्रचंड मोठ्या शाखांमधील प्रत्येक जण मराठीशी बोलणे आणि लिहिणे यांच्याशी संबंधित आहे. मराठी भाषिक प्रांतातील प्रत्येक माणूस हा बँकेत जाऊन व्यवहार करतो, सरकारी कार्यालयात जाऊन तो त्याचे वैयक्तिक, सार्वजनिक काम पाहतो, नागरिक म्हणून त्याला जागोजागी बोलावे लागते. सही किंवा अंगठा द्यावा लागतो. पालक म्हणून शिक्षणातील सर्व प्रकारच्या संस्थेत त्याला जावेच लागते.

या शिवायही विविध साधनांचा वापर करून तो प्रवास करतो. बाजारपेठा, उद्योग, नोकरी या निमित्तही हा महाराष्ट्रीय माणूस समाजाशी जोडून असतोच. तेव्हा त्याचा मातृभाषा, विविध भाषांशी संपर्क येतो. इतर भाषांचे अवगतीकरण करणे ही

*मराठी माणूस म्हणून मराठीसाठी प्रत्येक जण काय करू शकतो, याचासुद्धा विचार मराठी भाषा गौरवानिमित्त करायलाच हवा.*

गोष्ट चांगलीच; पण 'माझी मराठी मातृभाषा' म्हणून या माणसाच्या भाषेला ज्ञानात, व्यवहारात, शिक्षणात आणि सर्व प्रकारच्या सरकारी कचेरीत प्राधान्यक्रमाने स्थान दिलेले असले पाहिजे. यातच मराठी भाषा गौरवाची सार्थकता जास्त सामावलेली आहे, हे विसरता कामा नये.

इतर भाषा येत नसतील तर महाराष्ट्रात त्यांची कुठेही अडवणूक होऊ नये याची काळजी सर्व मराठी मातृभाषाप्रेमींनी करायला हवी. ज्ञानभाषा म्हणून इतर अन्य भाषांचे श्रेय आणि स्थान मान्य करूनसुद्धा मराठी भाषासुद्धा ज्ञानभाषेचा भाग बनण्यासाठी समाज म्हणून आपलेसुद्धा प्रयत्न महत्त्वाचे ठरतात.

मराठीतून सर्व प्रकारचे शिक्षण उपलब्ध असणे आणि तशी सोय करून देणे, सर्व प्रकारच्या सांस्कृतिक कार्यक्रमांत मराठीसाठी आग्रह बाळगणे; पण गुणवत्ता जपत त्याबद्दलचा विचार करणे, नव्या ज्ञानशाखांची पाठ्यपुस्तके मराठीत तयार करणे, मराठी भाषांतरित साहित्य जगात घेऊन जाण्याची सुविधा निर्माण करणे, व्यवहारांच्या महत्त्वाच्या शासकीय, खासगी सर्वच्या सर्व क्षेत्रांत मराठीचे कागद (छापील) उपलब्ध करून देणे, परिभाषा मराठीत भाषांतरित करून जनतेला उपलब्ध करून देणे, आणि मराठी भाषाप्रेमींना दळणवळणासाठी कोणतीच अडचण होऊ नये, यासाठी प्रयत्न हीच मराठी भाषा गौरवाची खरी कार्यसंस्कृती आहे, हे विसरता कामा नये.

मराठी ही शाळेतील शिक्षकांची किंवा ती शिकवणाऱ्या प्राध्यापकांची भाषा आहे; या कप्प्यामधून प्रथम बाहेर पडायला हवे. जनता आणि मराठी हे सूत्र मराठी भाषेच्या महतीसाठी आणि विकासासाठी जास्त विचारात घेणे, हेच अधिक हितावह ठरेल. सार्वत्रिक मराठी होण्यासाठीचे हे सर्वात मोठे पाऊल आहे, हेही लक्षात घ्यायला हवे. विद्यापीठे, महाविद्यालये जसे याबद्दल दिशादिग्दर्शन करतील, त्याबरोबरच समाजातील मराठी माणूस म्हणून आपले प्रत्येकाचे यात उत्तरदायित्व आहे, हे टाळता येणारे नाही. समन्वयातून संवाद आणि या सामूहिक संवादातूनच मायमराठीचा विकास, हाच विचार मातृभाषा मराठीच्या जागरासाठी अधिक गुणकारी ठरू शकेल, असे वाटते.

मराठी माणूस म्हणून मराठीसाठी प्रत्येक जण काय करू शकतो, याचासुद्धा विचार मराठी भाषा गौरवानिमित्त करायलाच हवा. एक किंवा एकटा यात काहीही करू शकत नाही. उलट, माणसांची साखळी हीच विकासाचा नकाशा उभा करत असते आणि रिझल्ट देऊ शकत असते. २७ फेब्रुवारी हा कविश्रेष्ठ कुसुमाग्रज यांचा जन्मदिन. हा दिवस मराठी भाषा गौरव दिन म्हणून नावीन्यपूर्ण तसेच गुणवत्तापूर्ण पद्धतीने साजरा करण्याची जबाबदारी समाजबंधू म्हणून प्रत्येक मराठी माणसाची आहे. या निमित्त ठळकपणे काय करता येईल? जसे की,

- कोणताही भाषिक अथवा लिखित व्यवहार करताना समाजबंधू-भगिनींना मराठीतून व्यवहार करावयास अडचण येऊ नये.
- लोकांच्या बोलण्याच्या भाषेचे संकलन, जतन आणि ग्रंथरूपात लेखन व्हावे. जनतेची जिभेवर बसलेली भाषा जतन करण्याची मोहीम हाती घेतली जायला हवी.
- बोली असो की प्रमाण भाषा, या सर्व भाषांचे रक्षण झाले पाहिजे, या दृष्टीने मातृभाषा मराठीची महती व तिचा विकास साधला गेला पाहिजे.
- इतर भाषा शिकण्याचे स्वागत आहेच; पण मराठीला जपत, तिचा विकास करत समाजबंधूंनी सहयोग दिला पाहिजे.
- नवीन तंत्रज्ञानाचा किंवा माहितीजालाचा मराठीच्या उत्कर्षासाठी उपयोग करून घेणे आवश्यक आहे. शासनाच्या मराठी भाषा धोरणातील उद्दिष्टांना धरून सांगायचे तर, समाजमानसात मराठी भाषेविषयी आत्मियता उत्पन्न करणे आणि मराठी भाषेविषयी न्यूनगंड दूर करणे फार महत्त्वाचे आहे.
- ज्ञानविज्ञान, तंत्रज्ञान, कृषी, वैद्यकशास्त्र, विधी व अभियांत्रिकी इत्यादी सर्व ज्ञानशाखांमधील उच्च शिक्षणासाठी मराठी माध्यम उपलब्ध करून देणे, असेही मराठी भाषाधोरणाचे एक उद्दिष्ट २०१४च्या मसुद्यात भाषा सल्लागार समितीने नमूद केले आहे; आणि याचा विचार हळूहळू सुरू झालेला आहे. ज्ञानाची सर्व साधने मराठीत उपलब्ध होण्याच्या क्रियेला मराठी माणसांचा सहभाग हा सर्वाधिक राहायलाच हवा.
- मराठी साहित्याचे, भाषेचे, बोलींचे कोष जास्तीत जास्त तयार व्हावेत आणि त्यांची समाजोपलब्धी असायला हवी.
- प्रसारमाध्यमांनी मराठी भाषा मातृभाषकांच्या लोकजागरणासाठी हिरिरीने

सहभाग घ्यावा. कारण, सामाजिक क्रांतीसाठी तसेच ज्ञानपरिवर्तनासाठी प्रसारमाध्यमे हीच बलवान भूमिका घेत मराठी उत्कर्षासाठी आपले अतुलनीय योगदान देऊ शकतात. वाचनक्रांतीत आणि समाजबदलात माध्यमाचे स्थान सदोदित फारच ठळक राहिलेले आहे. वृत्तपत्रे आणि जनता हा धागा मराठी मातृभाषाविकासदृष्ट्या फार महत्त्वाचा आहे.

- इंटरनेट, सोशल मीडिया आणि या प्रकारची जगव्यापी नाना साधने सर्व समाजाच्या हातात आहेत. त्यातून मराठी केंद्रवर्ती ठेवून मातृभाषेचा उत्कर्ष साधणे सुलभ आहे. असे चांगले आग्रह व तीव्र इच्छाशक्ती समाजमनात वाढीस लागली पाहिजे.
- मराठी साहित्य, लोकसाहित्य, लोकरंगभूमी, मराठी चित्रपट आणि अभिजात स्वरूपाचे सर्व लोकाविष्कार यांचे जतन, प्रसारण जास्तीत जास्त वाढवण्याचा कल वाढीस लागला पाहिजे.
- शिक्षणप्रक्रियेत सहभागी सर्व घटकांसाठी आणि विद्यार्थी जगतासाठी मराठी मध्यभागी ठेवत विविध स्पर्धा सतत घेत राहणे, तसेच त्यातून स्पर्धांची गुणवत्ता राखणे महत्त्वाचे आहे. याबद्दल विचार आणि विचारातून कृतिविचार वाढवला जायला हवा.
- अत्याधुनिक साधनांची समाजात आज सहज उपलब्धी आहे. ज्यामुळे विश्वबंधुत्वाचे नाते प्रस्थापित झाले. या दृष्टीने मराठी कळफलक किंवा युनिकोडप्रणीत मराठी अशा पुष्कळ विषयांचे लेखन, चर्चा, प्रशिक्षण, कार्यशाळा झाल्या, तर मायमराठीच्या गौरवाची खरी सुरुवात ही समाजातून रुजेल.

पळणारे धावते जग आणि झपाट्याने बदलणारा काळ यांच्यासोबत मराठी माणसाला राहावे लागेल. त्यापासून दूर जाता येणार नाही. उलट, हे सर्व स्वीकारतच मराठीचा ध्वज जगात उंचफडकवण्याची संधी म्हणून बदलणाऱ्या काळाकडे, जगाकडे पाहावे लागेल. आणि यात मराठी समाजबंधू-भगिनींचा सहभाग असायला हवा.

❑❑❑

# मराठवाडी बोलीची खुमारी

**'शेती आणि मराठवाडा' हा विषय 'श्वास आणि माणूस' अशा एकरूपतेचाच विषय! त्यासंबंधी असंख्य शब्द खास बोलीचा गोडवा घेऊन मराठवाड्यात आलेले आढळतात.**

आपल्या जिभेवर बसलेली भाषा आणि आपण, या दोन्ही गोष्टी एकजीव असतात. प्रमाण म्हणवली जाणारी भाषा कितीही आत्मसात केली तरी जिभेवर जन्मापासून बसलेल्या बोलीचे वळण माणसाला टाळता येत नाही. मराठवाडी बोलीला तिचे म्हणून एक वळण आहे. खास खुमारी आणि या बोलीतील अगणित शब्दांचा लक्षणीय असा ठसा आहे. दुष्काळ हल्ली सार्वत्रिक होऊ लागला. पण मराठवाड्याला दुष्काळाची झळ जरा अधिक बसत राहिली. 'खायलाच मिळत नाही'साठी 'मिडकणे'सारखे क्रियापद वापरात असते किंवा एक जण काहीएक खात आहे आणि दुसरा त्याच्याकडे फक्त पाहत आहे, यासाठी 'टोकनी लागणे' हा शब्दप्रयोग. जेवण झाल्यावर ताटात सोडलेल्या अन्नाला 'भंदं' हा शब्द आहे. असे अन्न वाया जाताना 'जानोडा करू नका', असा सल्ला लहान मुलांना वयस्कर देतात.

'खापर' हा शब्द पाहिला तरी खापराच्या वस्तूंची उतरंड मराठवाडी बोलीत गवसते. नानाविध उपयोगांसाठी खापराच्या केवढ्यातरी भांड्यांचा पसारा समोर येतो. उदाहरणार्थ, माथन, दुधाने, सुगडे, मोरवं, येळणी, बुटले, डेरा, बिनगी किंवा रांजोन. या सगळ्या लहानमोठ्या नाना आकारातील भांडीवर्गीय वस्तू मराठवाडी

मराठवाडी बोलींची प्रसन्न, पण रसबहार शब्दरूपे, वाक्यरूपे ही जालना, परभणी, नांदेड, बीड, उस्मानाबाद, लातूर, हिंगोली, औरंगाबाद या जिल्हानिहाय गाव-प्रांतात लहानमोठ्या छटा घेऊन वापरात आढळतात. त्यातील शब्दांचे वजन झाकत नाही आणि शब्दोच्चार, शब्दार्थांचा परिणामही लपत नाही.

लोकसंसाराचा अपरिहार्य घटक. एखाद्या लग्नात कुटुंबातील सर्वांना भोजनाचे निमंत्रण द्यायचे तर ते 'चुलीला औतान'. फक्त पुरुषांना आमंत्रण असेल तर ते 'करदोड्याला औतान'. मराठवाड्यात एखाद्याची समाजात नाचक्की झाली तर त्याला 'नामना झाली' म्हणतात. सूर्य उगवल्यापासून ते मावळेपर्यंत बोलीतल्या कितीतरी शब्दांची उधळण अखंड होत असते.

'शेती आणि मराठवाडा' हा विषय 'श्वास आणि माणूस' अशा एकरूपतेचाच विषय! त्यासंबंधी असंख्य शब्द खास बोलीचा गोडवा घेऊन मराठवाड्यात आलेले आढळतात. उदाहरणार्थ, पेरणी काही काळ आधी झाली असता नंतरच्या पेरणीच्या तुलनेत पहिल्या पेरणीतून वर आलेल्या बाळपिकांचा उल्लेख 'आबक' असा होतो. पेरणे ही क्रिया पूर्ण होऊन बीज मातीखाली गेले नाही व काही उगवले नाही तर त्याला 'बेरणे' म्हटले जाते. पेरणे आणि बेरणे यातील ध्वनिसाधर्म्य जसे समजून येते, तद्वतच त्यातला सकारनकार यालाही एक खुमारी आहे.

चामड्यापासून बनवलेला मजबूत दोर / सोल मराठवाड्यात खास औतासाठी, नांगरासाठी, बैलगाड्यांसाठी वापरला जातो, त्याला 'वार्ती' असा विलक्षण सुंदर शब्द आहे. केवळ बैलगाडी व औतनांगर या दोन कृषिमध्यवर्ती श्रेष्ठ साधनांभोवतीचे जरी खास मराठवाडी शब्द वेचले, तरी अशा शब्दांची संख्या शंभरी ओलांडून पुढे जाईल. असा शब्दोशब्दी खास परिणाम वा प्रभाव मराठवाडी बोली दाखवते.

साहेब काय करत आहात, हे वाक्य मराठवाड्यात विविध तऱ्हा घेऊन प्रकट होते. लातूरकडचे त्याचे उच्चारण 'साहेब, काय करू लालाव?', तर नांदेडकडे 'साहेब, काय करायल्या?' अशा छटेसह होते. शेतांवर काम करण्यासाठी स्त्रिया नाही पोहोचल्या तर त्याचे जालन्याकडे 'आज लक्ष्मिम्या आल्या नाहीत?' असे उच्चारण होते. बाया, लक्ष्मिम्या हे सरास वापरातील शब्द गावांच्या दाट परिचयाचे

आहेत. चवी स्पष्ट करणारी बहारदार विशेषणे खास मराठवाडी टच घेऊन वापरली जातात. कडू, आंबट, तिखट या चवींसाठी वापरातील शब्द पुढे नवा प्रत्यय लावून कडुडक, आंबटचीच, तिखटआग, अशी जिभेवरून भाषेत व व्यवहारात पसरून असतात. 'आलो होतो' किंवा 'येऊन गेलो' या क्रियापदांऐवजी आल्तो, गेल्तो ही क्रियापदांची रूपे लीलया आढळतात. मन वेधून घेतील अशी कितीतरी क्रियाविशेषणे मराठवाडी बोलीचा खुमासदार गाभा स्पष्ट करतात. जसे, निचेतीनं (सावकाश), वाढखोच (केव्हाचाच), बिगीनं (लवकर). असाच एक खास दुहेरी अर्थ लेवून आलेला शब्द म्हणजे पचपच. केसांना खूप तेल लावण्यालाही 'पचपच  तेल' हे जसे म्हटले जाते, त्याप्रमाणेच आधी सुरू असलेल्या चर्चेत एखाद्याने मध्येच तोंड खुपसले तर त्याला निषेधाच्या वा तिरस्कार नकारभावनेने 'मुका बस बे. मधीमधी पचपच करू नकोस' असे सूचित केले जाते. एखाद्या नियोजित कार्याचा विचका व्हायची भीती वाटली, तर त्याचा खास मराठवाडी उच्चार आसाराम लोमटेंच्या कथेत 'सगळा देव्हारा इचकून जाईन' अशा टिपीकल मऱ्हाठवाडी वाक्यबंधात आहे.

मराठवाडी बोलींची प्रसन्न, पण रसबहार शब्दरूपे, वाक्यरूपे ही जालना, परभणी, नांदेड, बीड, उस्मानाबाद, लातूर, हिंगोली, औरंगाबाद या जिल्हानिहाय गाव-प्रांतात लहानमोठ्या छटा घेऊन वापरात आढळतात. त्यातील शब्दांचे वजन झाकत नाही आणि शब्दोच्चार, शब्दार्थांचा परिणामही लपत नाही. या संदर्भातील काही शब्द पाहण्यासारखे आहेत. उदाहरणार्थ, 'मुले गोंधळ (धिंगाणा) घालत आहेत' या वाक्याचा त्वेषातला मराठवाडी उच्चार म्हणजे 'डेंगरं सीलसील करायलेत' असाही– विशेष हिंगोलीच्या खालच्या प्रांतात वा पूर्वेकडे– केल्याचे प्रत्ययास येते. हा मराठवाडा मातीला 'मातोडा' म्हणतो. धुळीला 'धुल्डा' संबोधतो आणि धुराला 'धुपट' म्हणतो! इथे खेडोपाडी गरिबांची घरे पावसाळा आला की पळसांच्या पानांनी आच्छादली जातात. या पळसफांद्यांना 'व्हर्का' म्हटले जाते.

इथे जसे 'ढसाढसा रडण्याबद्दल' म्हणायचे, तसेच पाणीसुद्धा 'ढसाढसा प्यायले' जाते (वेगात, खूपच तहान लागल्यावर). आरोग्यशाखेतील काही शब्द इथे वेगळ्याच छटेत आढळतात. जसे भोंबारा (सरदी), हुल्या (मळमळ होणे), सोवनी (हातपाय बारीक होणे), उंबळणे (जुनाट आजार वर येणे), खांडुक (गाठ धरलेली शरीरातील वेदनादायक जखम), खडवे (डोक्यातील केसांच्या मुळांच्या जखमा), घोळणा फुटणे (नाकातून रक्त येणे) आदी. हरभऱ्याची हिरवी कोवळी

पालेभाजी तोडून, त्यात हिरवी मिरची कुटून घालून जे झणझणीत मिश्रण बनते त्यालाही 'घोळणा' म्हणतात. यात एक घोळणा सुखद, तर दुसरा दुःखद आहे इतकेच! ज्वराला 'जेर' तर काविळीला 'कऊळ' म्हणायचे.

खेड्यात घराभोवती रचलेली दगडांची भिंत म्हणजे पऊळ. मोकाट जनावरे कोंडण्याच्या जागेला 'गजेघाट' म्हणतात. आकसबुद्धीच्या प्रवृत्तीला 'खतेस' म्हणायचे. शेती, माती, माणूस, भावना आणि श्रद्धा यांच्याशी जोडून व जुळवून घेत जगणाऱ्या मराठवाडी माणसांच्या भोजनाच्या ताटांत खास पदार्थ सणावारांना वाढलेले असतात. हे पदार्थ सर्व चवींनी सामावले आहेत. काही पदार्थ उदाहरणार्थ, लाभडं, आळन, खरडखिस, धिल्ड्रे, येसौर, उसऱ्या, वळवट, सरगुंडे, शेंगोळे, बोटवे, कुरोड्या, खारोड्या, मुटकुळे, दिंडे, बेल्डीची भाकर हे सर्व चवींनी मोहरलेले पदार्थ. मराठवाडी माणसांच्या आहारात अनेक धान्यमिश्रित पौष्टिक भाकर विशेष हिवाळ्यात करतात. या बहुगुणी भाकरीला बेल्डीची भाकर म्हणायचे. खानदेशात तिलाच कयन्याची / कळण्याची भाकर म्हणतात. सारांश, मराठवाडा हा बोलीतील अशा शब्दकळांनी आणि वाक्यसौष्ठवाने भलताच बहरलेला बोलीचे ऐश्वर्य तेजोमय करणारा आहे.

❑❑❑

# बोलीभाषेवर संकट

**'वर्तमान जरूर वाचा. नवे शिका. नवे पेरा.' हे सारे स्वागतार्हच आहे. पण म्हणून जुने जपायचे नाही हे कोणी सांगितले? जमाना बदलला म्हणून 'तुमच्या बोलीत बोलू किंवा लिहू नका' असे उच्चार धटिंग म्हटले पाहिजे. जिभेवर जी भाषा आहे ती जतन व्हायला हवी. अशा बोलीतच लेखन वाढले पाहिजे. तिथे ऊठसूट टिकेला थारा असता कामा नये.**

गावाकडच्या भाषेत बोलण्याची लाज का वाटते? जी बोली जिभेवर बसलेली आहे आणि जी मला व्यक्त होण्यासाठी सर्वात प्रिय; अशा बोलीबद्दलचा गौरव व आनंद आपण का लपवतो, याचा विचार जरा गंभीरपणे करण्याची वेळ आलेली आहे. घर आधी, शाळा नंतर ही पायरी आपण का विसरतो आहोत? माणसाचा पहिला आवाज व्याकरणातून निघत नसतो. बोलींतूनच सर्वांचा पहिला हुंकार वा पहिला ध्वनी बाहेर आलेला आहे. 'सुधारणा' या फसव्या शब्दाच्या दबावाखाली जिभेवरच्या बोली संकटात आल्या आहेत, हे आपण का विसरतो आहोत. बोलीभाषा जतनासाठी समाजातून सारासार विचार झाला पाहिजे.

देशातील खेडूतांनी, श्रमवंतांनी, तेथील वयोवृद्धांनी बोली सांभाळल्या आहेत, हे अमान्य करून चालत नाही. प्रमाण भाषेबद्दल अभिमान बाळगणाऱ्यांनी हे लक्षात घेतले पाहिजे की, संवाद आणि संभाषण बोलीला जे अग्रस्थान आहे, ते प्रमाणभाषेला देता येत नाही. शिक्षणाचे दंडक, व्याकरणाची मापं, साक्षरतेच्या अटी आणि प्रमाणीकरणाचे हट्ट जे लिखित भाषेला चिकटलेले दिसतात, त्यापासून बोली मुक्त आहेत. 'भाषा चांगली असते' हे वाक्यच मुळात फसवे आहे. कोणतीच

> जी जगाची स्थिती, तीच ग्रामीण भारताची बोलीस्थिती... ती शोचनीय, चिंतामूलक व हूरहूर वाढवणारी आहे. हळूहळू आपण पुढारत, सुधारत चालल्लो हे खरे व बरे असले तरी बोली आणि बोलीतले शब्दधन, वस्तुधन बुडवतच आपण सुधारणेचा पथ चालत आहोत, हे आपल्या लक्षात येत नाही.

भाषा वाईट असू शकत नाही. शुद्ध-अशुद्धतेचाही मुद्दा भाषेत गौण ठरवला पाहिजे. ग्रामीण गपसप, ओव्या, गाणी किंवा लोकसाहित्याचा इतका देखणा, मनमुराद सौख्य देणारा उच्चारश्रवणांचा मेवा हा तर मुळात बोलींनी डवरलेला-बहरलेला आहे. सध्या तर चित्रपटवाले, मालिकावाले अस्सल प्रदेश, बोली, संवाद, गाणी, वाद्ये याकडे लोहचुंबकाप्रमाणे आकृष्ट झालेले दिसतात. यातच बोलीचे सारे यश आणि बोलीची अगम्य ताकद सामावलेली आहे. अखेर हेच की, जनतेच्या जिभेवर खेळती असणाऱ्या बोलीला जगात तोड असूच शकत नाही.

'सामाजिक संस्था' असे भाषेला नाव दिले जाते, तेव्हा बोलींचा वावर तिथे मोठा मानलेला असतो. सगळा समाज प्रमाण भाषेलाच बांधलेला नसतो; बांधताही येत नसतो. ग्रामीण दाखला असतो; पण तथाकथितांनी जैविक सहजप्रवृत्ती असलेल्या बोलीला गावंढळ, अशुद्ध, मिश्र म्हणून हिणवले व शिणवलेले आहे. बहिणाबाई चौधरी, आनंद यादव, विठ्ठल वाघ यांसारख्या कित्येक वजनदार प्रतिभावंतांनी प्रदेशाची बोली हमखास उपयोजून काव्याचा गळा आणि मळ्याची माती फुलवलेली आहे. रक्तमांस जसे अलग कल्पिता येत नाही, तसेच सामान्य माणूस व जिभेवरची त्याची बोली याची वेगळी फोड करता येत नाही. याचे महत्त्वाचे कारण म्हणजे बोलीच भाषेचा पहिला जन्म असते. बोलणे हेच बोली किंवा भाषा यांचे मूळ कार्य. सारे प्रदेश आणि सारी माणसे यांच्यातील विविधता प्रमाणभाषेने दाखवता येत नाही; तर ती बोलीतूनच स्पष्ट करता येत असते. माणूस आधी बोलू लागला आणि नंतर लिहायला शिकला, असे भाषाशास्त्रानेही लिहून ठेवले ते चूक मुळीच नाही. तेव्हा जिभेवरच्या बोलीचे हित आणि तिचे रक्षण करणे, वाचा असणाऱ्या प्रत्येकाचे कर्तव्य ठरते. बोली मरतात म्हणजे संस्कृतीच मरते; हाही विचार करण्याची वेळ जवळ आली आहे. याबद्दल डेव्हिड क्रिस्टल्स या जागतिक कीर्तीच्या भाषाशास्त्रज्ञाने *लँग्वेज डेथ* हा ग्रंथच सिद्ध केलेला आहे.

लोकांच्या जिभेवर असलेल्या बोली विविध कारणांनी धोक्यात आहेत. त्याबद्दल वेळोवेळी चिंता वाढवणारी चर्चा होताना आढळते. उलास विद्यापीठातील लॅटनॉलॉगचा डाटा असे सांगतो की, जगात ६,८०० भाषा असून बोलींची संख्या

हजारोने ओलांडणारी आहे. अतिशय धोक्याची गोष्ट ही की, चारशेपेक्षा अधिक भाषा नष्ट होण्याच्या मार्गावर आहेत. पिढी येते, जाते; पण सर्वच बोली जतन होण्याऐवजी 'डेड' होतात. नेपाळमध्ये कुसुंदा ही भाषा बोलणारी ८० वर्षांची एक वृद्धा (आजी) शिल्लक दिसते. हा सगळा भयपट नीट समजून घेण्याची आवश्यकता आहे. जी जगाची स्थिती, तीच ग्रामीण भारताची बोलीस्थिती... ती शोचनीय, चिंतामूलक व हूरहूर वाढवणारी आहे. हळूहळू आपण पुढारत, सुधारत चाललो हे खरे व बरे असले तरी बोली आणि बोलीतले शब्दधन, वस्तुधन बुडवतच आपण सुधारणेचा पथ चालत आहोत, हे आपल्या लक्षात येत नाही. या संबंधीची दोन उदाहरणे मुद्दाम समजून घ्यावीत अशा स्वरूपाची आहेत : महाराष्ट्राची शेती आधुनिक झाली. या शेतीभोवती पूर्वी, म्हणजे ३० वर्षांपूर्वी एक जैविक श्रमव्यवस्था होती. पेरणीपासून खळेदळे करण्यापर्यंत साधने होती. ती बरीच डुबल्यामुळे जणू शब्दकोशच बुडाला. ग्रामीण बोलीतले शब्दभांडारच बुडाले आहे आणि हे इतिहास, प्रांते, भूगोल, लोक व संस्कृती यांना मोठी भयंकर झळ बसवणारे आहे. सुधारणांचा गलबला वाढल्यामुळे हे झालेले भाषिक नुकसान व संस्कृती संचीतगतिरोध पुरता कुणाला कळलेला दिसत नाही.

घरांची बदललेली रचना, तेथील गायब झालेल्या बारीकसारीक शेकडो वस्तू, तेथील कृषक विधी आज जवळजवळ संपलेले आहेत. गायींचा गोठा जवळजवळ गायब झाला. त्याला जोडून अनेक वस्तू होत्या, त्यांना शब्द होते. त्या वस्तू-शब्दांना जोडलेली जैविक साखळी होती, अन्नव्यवस्था होती. ती आज राहिलेली नाही. बोलीवरचा हा भयंकर हल्ला जरा समजून घेण्याची गरज आहे. नॉस्टेल्जीक म्हणून एका प्रवाहाची टिंगल करणे सोपे असते. पण त्या मागची मानसिकता, भावनिकता ज्यांना मुळीच कळत नाही, त्यांना शहाणपणाची भाषा सांगून उपयोगच नसतो. काळाचे आवाज समजून जरूर घ्या. वर्तमान जरूर वाचा. नवे शिका. नवे पेरा. हे सारे स्वागतार्हच आहे. पण म्हणून जुने जपायचे नाही हे कोणी सांगितले? 'खाण तशी माती' हा नियम सर्जनाला आणि माणसाला कधीच टाळता येत नसतो.

भाषाशुद्धीच्या नादाने नवे शब्द निर्माण करून त्यांचा आपल्या साहित्यात उपयोग करणाऱ्या साहित्यिकांनी आपल्या साहित्याची कशी हानी करून घेतली, ते आपणा सर्वांना चांगले माहीत आहे, असे गंगाधर गाडगीळांनी लिहून ठेवले, ते अगदी खरे आहे. लेखनात इमान जास्त महत्त्वाचे असते आणि आग्रह धरणे धोक्याचे असते. जमाना बदलला म्हणून 'तुमच्या बोलीत बोलू किंवा लिहू नका' असे उच्चार धटिंग म्हटले पाहिजे. जिभेवर जी भाषा आहे ती जतन व्हायला हवी. अशा बोलीतच लेखन वाढले पाहिजे. तिथे ऊठसूट टीकेला थारा असता कामा नये.

❑❑❑

# शेतीसंस्कृतीमधील बोलीचे ऱ्हासपर्व

**कालौघ विचारात घेता भाषा बदलते. बोली क्षीण होतात. समाज बदलतो. जुन्याची स्थळे नवे घेतात. पण भाषा, त्यातल्या त्यात बोलीभाषा नष्ट होतील का? शेतीसंस्कृतीमधील बोली, विशेषत: तिच्यातील शब्द, म्हणी, अर्थ, आशय, संदर्भ, बीजे यांचे ऱ्हासपर्व जवळ येऊ लागल्याची भीती वाढत आहे. ज्यामुळे बोली शब्दवैभव सनातन होते, त्या शेतकऱ्यांच्या घरातल्या व बांधावरच्या वस्तू भंगारात गेल्या आहेत.**

शेतीसंस्कृती ही देशातील बृहत् आणि पवित्र संस्कृती मानली जाते. कारण ती अन्नपाण्याची देवता आहे. जागतिकीकरणाचा कितीही जम्बो वेग असला, तरी जग भाकर-पाण्यावाचून जगू शकत नाही, हे अंतिम खरेपण आहे. मॉलमध्ये अन्नपाण्याचे पाऊचेस मिळतात, हे खरे; पण पाऊचमधला माल निघतो शेतीतूनच. घर आणि शेत ही दोन अशी प्रधान केंद्रे आहेत, ज्यावाचून ग्रामव्यवस्थेचा विचारच दुरपास्त आहे.

ही अशी व्यवस्था जशी अन्नोत्पादक, जलोत्पादक आहे; तशीच ती नीती, सत्य, उद्धार आणि गती यांचीही व्यवस्था आहे. बोलीभाषेच्या स्तरावर शेतीसंस्कृतीचे पैलू केवळ समजून घेण्यापेक्षा त्यांचा लय होईल की काय, अशी भीती सांप्रत स्थितीमध्ये अधिक वर्धित होऊ पाहणारी आहे. हवा-पाण्याची, श्वास घेण्याची जशी माणसाला अनिवार्य गरज आहे, तशीच भाषेची गरज ही सनातन

शेतीसंस्कृती व घरसंस्कृती यांच्याशी जोडलेले शब्द, भाषेचे डझनभर खंड बनवले तरी न सरणारे आहेत. श्रमाचे वर्गीकरण केले तरी घरातील स्वयंपाकाच्या जागेवर एक कोश व्हावा. शेतकऱ्यांच्या घरात व शेतात होणाऱ्या अनेक निमित्तांच्या पूजा किंवा त्यांच्या श्रद्धा, यासंबंधीचे चार-पाच खंड सहज तयार होतील.

स्वरूपाची आहे, असे एक सत्य अनेक भाषाकोविदांनी मांडले आहे, ते काही खोटे नाही. कालौघ विचारात घेता भाषा बदलते. बोली क्षीण होतात. समाज बदलतो. जुन्याची स्थळे नवे घेतात. पण भाषा, त्यातल्या त्यात बोलीभाषा नष्ट होतील का? ही भीती मात्र समाजाला आणि संशोधनालाही निश्चितच परवडणारी नाही.

शेतीसंस्कृतीमधील बोली, विशेषत: तिच्यातील शब्द, म्हणी, अर्थ, आशय, संदर्भ, बीजे यांचे ऱ्हासपर्व जवळ येऊ लागल्याची भीती वाढत आहे. त्यातूनच सरकारी पातळीवर, शिवाय देशातल्या अनेक प्रकाशन संस्था, विद्यापीठे यांनी बोलींचे शब्दकोश बनवायचे महाप्रकल्प हाती घेतले आहेत. या कामांमागची श्रममूलकता, संस्कृतीपोषण आणि भाषिक बांधिलकी आपण समजून घ्यायला हवी. मराठीपणाचे केवळ होर्डिंग्ज फडकावून भाषा जतन होत नाही, यातील सत्यता आपण सर्वांनीच आत्मसात करायला पाहिजे.

प्रचंड बृहत् असणारी घर आणि शेतीसंस्कृती भाषेची वरदायिनी आहे. खेड्यांतील नुसती 'चूल' एवढी दोन फुटांची जागा जरी पाहिली, तर तिच्याभोवती दोनशेपेक्षा अधिक बोलीतील शब्द आहेत. तिथे गॅसशेगडी बसली की बोलीतील कित्येक शब्द चुलीत भाजून करपून राख व्हायचे भय आहे. याप्रमाणेच देवळी, तिच्यातील सटरफटर शंभर वस्तू आणि त्या वस्तूंना बोलीत असणारी नावे हीसुद्धा बुडून जायची भीती आहे.

जेवणाचा धातूचा डबा आपल्या हाती आला आणि पालवामध्ये बांधलेली भाकर आणि तिच्याभोवतीचे अनेक शब्द निघून गेले. हे बोलीला न परवडणारेच आहे. घरांतील / शेतकऱ्यांच्या कुटुंबातील भांडी जर्मनची आली. सगळ्या भांड्यांत स्टीलने घुसखोरी केली आणि खापरांची बहुसंख्य भांडी, ती मात्र कायमची फुटली. त्यांची लाज वाटत, वाढत गेली. यामुळे बोलीतल्या शब्दांचा खापरप्रधान सारा

ऐवजच बाद झाला. उदाहरणार्थ, येळणी, बीनगी, दुधाणं, गाडगं, मडकं, चिलिम, झाकणी असे शब्द नावासकट संपायला लागले. बोलीभाषा व शब्दांचा हा ऱ्हास भाषेला, व्यवहाराला, संवादाला, जगायला झळ पोहोचवणारा आहे.

शेतीसंस्कृतीमधले एक सर्वात मोठे उदाहरण बोलीभाषेतल्या शब्दकळेची वैभवसंपन्नता दाखवण्यासाठी सांगता येईल; ते म्हणजे, आपल्या सर्वांच्याच परिचयाची बैलगाडी. चारा आणि पाण्याचे वाढते संकट खोल झाल्याने बैलास उद्या शेतीवर थांबू दिले जाते की नाही, हीपण भीती आहेच. पेरणीची किंवा तण निर्मूलनाची– शेतकरी हातांनी ओढून चालवत अशी– साधने शेतीत केव्हाच आली आहेत. त्यामुळे येथील हजारो शेतकरी पोट भरण्यापुरती पालेभाजी-फळभाजीची शेती बैलांविना करू लागले. यामुळे बैल व त्याचे जोखड यांना जोडलेल्या असंख्य वस्तू व त्यांचे बोलीतले शब्द नष्ट व्हायला लागले. ही भीती भयंकर व ग्रामवैभव पळवणारीच आहे.

बैलगाडी म्हटले की डोमाळे, खुटले, आरू, वंगण, कासरा, येसन, जू, सांटा, बिंडा, धाव, खिळी, धुरे, मठाठे, घुंगरं, वादी, धांद, पुरानी, दडपा असे शब्द जर गेले, तर होणारी बोलभाषिक झळ न परवडणारी आहे.

औत एवढी एक वस्तू जर शेतीतून बाजूला गेली तर तिच्याभोवतीचे शब्दवैभव जायची भीती आहे. इळ्ळत, पास, रुमणे, कुसा, कासरा, जूपन, चाबूक, काठी, जू, करळ, सेव, धूरजड, आघर, रानसावडी, पावळी, आडतास असे शेकड्यातले शब्द औताशी संलग्न आहेत; बैलगाडीसोबत चालत आले आहेत. परंतु ही साधने जर बसली तर बोलीतील शब्द बसायची भीती आहेच.

शेतीसंस्कृती व घरसंस्कृती यांच्याशी जोडलेले शब्द, भाषेचे डझनभर खंड बनवले तरी न सरणारे आहेत. श्रमाचे वर्गीकरण केले तरी घरातील स्वयंपाकाच्या जागेवर एक कोश व्हावा. शेतकऱ्यांच्या घरात व शेतात होणाऱ्या अनेक निमित्तांच्या पूजा किंवा त्यांच्या श्रद्धा, यासंबंधीचे चार-पाच खंड सहज तयार होतील.

स्त्रियांचे घरशेतांतील श्रम, पुरुषांचे याच प्रकारातील श्रम हे भाषा-बोली-शब्दांनी विलक्षण अर्थगर्भ व वैभवी आहेत. लागवड, पेरणी, कापणी, सांगणी, मळणी ही सर्जक कर्मे करताना बोली शब्दांचा मोठा खजिना वापरला जातो. ग्रामीण म्हणवले जाणारे सगळे साहित्य यामुळे फार समृद्ध मानले गेले. र. वा. दिघे, ग. ल. ठोकळ, गिरीश यशवंत, बहिणाबाई, लोवलेकर यांच्यापासून ते

ना. धों. महानोर, व. वा. बोधे, महादेव मोरे, चारुता सागर, शंकर पाटील, व्यंकटेश माडगूळकर, आनंद यादव, रा. रं. बोराडे, द. ता. भोसले ते आजच्या इंद्रजित भालेरावांपर्यंत शंभर जबर लेखकांनी ग्रामीण बोलींचा लहेजा लेखनात मिसळून भाषा सुंदर केली. वाङ्मय श्रीमंत केले. मातीच्या सुवासाने साहित्य श्रीमंत तर झालेच; पण समाजाचे ताजेपण, संस्कृतीचे मोठेपण, परंपरेचे जतन आणि शेती संस्कृतीचे श्रेष्ठत्व बोलीतल्या शब्दकळांमुळे व अर्थवत्तेमुळे लखलखीत झाले; यात काहीही शंका नाही.

आज शेतातला माणूसच शेताबाहेर पडायचे भय जवळ येत आहे. अवजारे मोडून खायची अवेळ शेतीचा खेळखंडोबा करू पाहत आहे. ज्यामुळे बोली-शब्दवैभव सनातन होते त्या शेतकऱ्यांच्या घरातल्या व बांधावरच्या वस्तू भंगारात गेल्या आहेत. काळानुसार नवी जीवनशैली आली, ती स्वीकारलीही; पण बोलींचा, तिच्या नजाकतीचा ऱ्हास होत आहे; तो मात्र गंभीर आणि ग्रामव्यवस्थेचा चेहरा विद्रूप करणारा आहे, याचे भान आपण ठेवायला हवे.

❑❑❑

# लेखक परिचय

**डॉ. केशव सखाराम देशमुख**
प्राध्यापक व विभागप्रमुख, मराठी विभाग,
स्वामी रामानंद तीर्थ मराठवाडा विद्यापीठ, नांदेड
भ्रमणध्वनी : ९४२२७ २१६३१
ई-मेल : keshavdeshmukh74@gmail.com

- समीक्षा, कविता या दोन्ही क्षेत्रांत उत्तम ओळख. महाराष्ट्रातील विविध अकृषी विद्यापीठांच्या अधिकार मंडळांवर आणि मराठी अभ्यास मंडळांवर सध्या कार्यरत. नांदेडमधील विद्यापीठाच्या मराठी अभ्यास मंडळाचे अध्यक्ष. कवी म्हणून स्वतंत्र ख्याती.
- मराठीतील प्रतिष्ठित जवळजवळ बहुतांश नियतकालिकांतून काव्य, समीक्षा, बोली, भाषा या संबंधाने सर्जनशील तसेच संशोधनात्मक लेखन. बिनीच्या दैनिकांतून स्तंभलेखन.
- अखिल भारतीय मराठी साहित्य संमेलनांत अनेकदा निमंत्रित. शिवाय, भारत सरकारच्या साहित्य अकादमी तसेच नॅशनल बुक ट्रस्ट, दिल्ली आयोजित निरनिराळ्या साहित्य उपक्रमांत निमंत्रित.
- चार काव्यसंग्रह आणि चार समीक्षा-चिंतनग्रंथ प्रसिद्ध. पैकी *चालणारे अनवाणी पाय, पाढा* या दोन काव्यसंग्रहांना महाराष्ट्र शासनाची प्रतिष्ठेची बालकवी, केशवसुत पारितोषिके प्राप्त. इतर १४ राज्य पुरस्कारही प्राप्त.
- जवळजवळ ३० वर्षांचा संशोधन-अध्यापनाचा प्रदीर्घ अनुभव. एम.फिल., पीएच.डी. संशोधक, मार्गदर्शक, शैलीदार वक्ता आणि भाषाबोलींचे अभ्यासक म्हणून सर्वदूर ओळख. महाराष्ट्रातील सर्व अकृषी विद्यापीठांत साधनव्यक्ती म्हणून सहभाग आणि व्याख्याता.
- महाराष्ट्र शासनाच्या मराठी भाषा सल्लागार समितीचे सन्माननीय सदस्य

www.ingramcontent.com/pod-product-compliance
Lightning Source LLC
LaVergne TN
LVHW100306051026
849517LV00006B/2213
* 9 7 8 9 3 8 7 4 0 8 6 3 0 *